तुझी कथा-माझे शब्द

महादेव मोरे

मेहता पब्लिशिंग हाऊस

Please contact us at **Mehta Publishing House Pvt. Ltd.**

✆ +91 020-24476924 / 24460313 / Mob. No. 9545000513

Email : production@mehtapublishinghouse.com

Website : www.mehtapublishinghouse.com

TUZI KATHA-MAZE SHABDA by MAHADEV MORE

तुझी कथा माझे शब्द : महादेव मोरे / कथासंग्रह

Email : author@mehtapublishinghouse.com

संस्थापक : सुनील अनिल मेहता

प्रकाशक : मेहता पब्लिशिंग हाऊस प्रा. लि.
१९४१ सदाशिव पेठ, माडीवाले कॉलनी, पुणे ४११०३०.

मुद्रक : ट्रिनिटी अ‍ॅकॅडमी फॉर कॉर्पोरेट ट्रेनिंग लिमिटेड

मुखपृष्ठ : चंद्रमोहन कुलकर्णी

प्रकाशनकाल : मेहता पब्लिशिंग हाऊस प्रा. लि. यांची
दुसरी आवृत्ती : डिसेंबर, २०२२

किंमत : ₹ १५०

P Book ISBN 9789395477987
E Book ISBN 9789395477925
E Books available on : amazonkindle Apple Books Google Play Books

---

माझ्या शब्दांत मी

माझं नाव महादेव विठ्ठल मोरे. जन्म दि. २२-६-१९३९ रोजी निपाणी येथे झाला. शिक्षण इन्टर आर्ट्सपर्यंत. सध्या वास्तव्य निपाणी येथेच असून, 'छाया बॅटरी सर्व्हिस' नावाचे मोटार बॅटरी, डायनामा, स्टार्टर इत्यादी रिपेअरिंगचे दुकान चालवून पोटासाठी जीवनाशी तडजोड केली आहे.

लहानपणापासून वाचनाचा व रोजनिशी लिहिण्याचा छंद. आठवी, नववीत असताना 'गुञ्जारव' या हस्तलिखित वार्षिकाच्या निमित्ताने लिहिण्यास प्रारंभ. एक-दोन नवरे झालेली आणि तरीही सुखाचा पाठलाग करणाऱ्या एका बाईची कथाकल्पना तीन-चार वर्षे मनात घोळत होती. एफ.वाय.ला असताना 'काशी' हे नाव देऊन ती शब्दांकित केली; पण लिहिलेली कथा प्रसिद्धीसाठी पाठवायची असते, हे 'जादा' ज्ञान त्यावेळी नसल्याने ती कथा तशीच जपून ठेवली. पुढे इन्टरला असताना आमच्या 'गोखले कॉलेज'ने कथास्पर्धा जाहीर केली. त्यावेळी मनात डुलक्या घेणारा 'लेखक' पूर्ण जागा होऊन 'काशी'चा विचार करू लागला. स्पर्धेतील शब्दमर्यादेपेक्षा 'काशी'चा विस्तार खूपच ऐसपैस होता. म्हणून 'म्हाईचा दिवस' ही कथा लिहून काढावी लागली. स्पर्धेत पहिलं बक्षीस कुठल्याच कथेला मिळालं नाही; पण 'म्हाईचा दिवस'ला दुसरं बक्षीस मिळालं. ही कथा 'हिरवळ' या कॉलेजच्या हस्तलिखितात व त्याच वर्षीच्या कॉलेज वार्षिकात प्रसिद्ध झाली. नंतर तीच कथा १० ऑक्टोबर, १९५९- या दिवशी 'स्वराज्य'मध्ये प्रसिद्ध झाली. त्याच वर्षी 'सा. गावकरी'ने ठेवलेल्या लघुकथा स्पर्धेत एकूण सहा बक्षिसे वाटण्यात आली. माझ्या 'विहीर' या कथेस त्या स्पर्धेतून तिसरं बक्षीस मिळालं. ही कथा २७ डिसेंबर, १९५९च्या 'गावकरी'त प्रसिद्ध झाली. यानंतर 'स्वराज्य'मधून माझ्या आणखी दोन कथा प्रसिद्ध झाल्यावर मी माझ्या पहिल्यावहिल्या कथेचा विचार करू लागलो. 'काशी' हे तिचे

बाळबोध नाव बदलून 'तुझी कथा-माझे शब्द' हे आकर्षक नाव देऊन ती 'लोकसत्ता'ला पाठविली. ता. २४ एप्रिल, १९६० रोजी ती कथा 'लोकसत्ते'मधून प्रसिद्ध झाली. या भागात खूप गाजली. नंतर भराभर कथा प्रसिद्ध होऊ लागल्या. स्वराज्य, गावकरी, लोकसत्ता, नवयुग, प्रजामित्र, मराठा, महाराष्ट्र टाइम्स, तरुण भारत (पुणे), तरुण भारत (बेळगाव), गर्जना, सैनिक समाचार इ. दैनिके, साप्ताहिकांतून, त्यांच्या काही दिवाळी अंकांतून, तसेच मेनका, वसुधा, वैजयंती, रंभा, अलीबाबा या मासिकांतून आजवर अनेक कथा प्रसिद्ध झाल्या.

कथा जास्तीत जास्त वास्तववादी करण्याकडे प्रयत्न. तसेच ती रूढ अशा मळलेल्या वाटेने जाऊ नये, ही दक्षता. निपाणी भागातील जनतेचं जीवन, त्यांच्या व्यथा चित्रित करण्याकडे मुख्यत: कल. प्रत्येक कथेत नवे नवे प्रयोग करावेत, असे वाटते. निवेदनाच्या तळाशी असणाऱ्या कालप्रवाहाच्या भूत-भविष्यातील चैतन्यशीलतेचा वेध घेणारी ग्रामीण कथा लिहिण्याची फार इच्छा. तसेच जीवनाच्या जाणिवेने धगधगणारा कण न् कण मला चित्रित करावयाचा आहे... तशी मजल अजून खूप लांबची आहे; पण मी ही जिद्द बाळगून आहे.

– महादेव वि. मोरे

२९-११-१९६३

शुभाशीर्वाद

रोजच्या टपालाने माझ्या टेबलवर अनेक कथा येऊन पडतात. त्यातल्या बहुतेक कथा मला नापसंत कराव्या लागतात. दिवसाला एखाददुसरी कथा मी पसंत करते. तीही पुष्कळदा नाइलाजाने. 'काहीच नाही, त्यापेक्षा बरी' या उदार दृष्टिकोनातून ही निवड करीत असते.

पण, असा एखादा दिवस येतो, की हातात पडलेली कथा वाचताना मन सुन्न होते. आतून कुठूनतरी गलबलून येते. हे दु:ख चमत्कारिक असते. ते होत असताना एक प्रकारचे सुखही वाटते; कारण चांगले साहित्य वाचावयास मिळणे हे एक श्रेष्ठ दर्जाचे व दुर्मिळ सुखच म्हटले पाहिजे. ते वाचताना सगळे आयुष्य क्षणभर थबकते. भोवतालचा सगळा गलबला एकदम थंड होतो. आपण एक व्यक्ती म्हणून शिल्लक राहतच नाही. आपण नकळतपणे लेखकाने सुरू केलेल्या प्रवाहात वाहत राहतो. त्या प्रवाहातील गती हीच आपली गती होऊन बसते.

अशी क्षणार्धात गतिमान करण्याची ताकद जिच्यात आहे, तीच खरी कथा. मग ती लिहिणाऱ्या लेखकाचे हेतू काय होते, त्याच्या अनुभवांना काही मर्यादा आहेत काय इत्यादी विचार करण्याच्या अवस्थेत मी उरतच नाही. एखादी कथा आवडली म्हणजे आवडली. बस्स! मग ती चांगलीच म्हटली पाहिजे. जिच्यात लेखकाची वेदना साकार होऊ शकली, ती कथा वाईट असेलच कशी?

श्री. महादेव मोरे यांची कथा मला आवडली ती थेट अशीच. ती पहिल्यांदा आवडली तितकीच अजूनही आवडते. ज्या ज्या वेळी टपालांतून त्यांच्या हस्ताक्षराचे पाकीट टेबलावर येऊन पडते, त्या त्या वेळी 'आता चांगली कथा वाचावयास मिळणार' अशी खात्री वाटते व सहसा निराशा होत नाही. पूर्वी 'नवयुग' साप्ताहिकासाठी आणि अलीकडे रविवारच्या 'मराठा'मधील वाङ्मयीन पुरवणीसाठी त्यांची कथा मी निवडत आले आहे. ती निवडताना 'एकंदरीत ठीक आहे' अशी

तडजोडीची वृत्ती माझी कधीच नसते. उलट मनात विचार येतात, ते वेगळेच. निपाणीसारख्या तंबाखूच्या व्यापारासाठी प्रसिद्ध असलेल्या गावात वाङ्मयाबद्दल इतके प्रेम आणि आसक्ती असलेला, निर्मितीची इतकी अनावर ओढ असलेला, मोटार दुरुस्त करण्याचा धंदा करतानाही आपल्या कलात्मक जाणिवा जाग्या ठेवणारा हा महादेव मोरे कोण? स्वत:मधला लेखक जिवंत ठेवण्यासाठी त्याने हा जिवाचा कोण आटापिटा चालवला आहे? अजूनही हा लेखक नवशिका आहे! पण या जाणिवा फार संवेदनाक्षम आहेत. याच्या निर्मितीत कमालीची कोमलता आहे. नवोदितांत सहसा न आढळणारा संयम आणि रेखीवपणा याच्यात आहे. लिहिताना, आपले उद्दिष्ट साधताना याला कसलेही मोह पडू शकत नाहीत आणि म्हणूनच त्याचा तोल सहसा ढळत नाही; परंतु चित्रकाराने अभ्यासासाठी आपल्या वहीत अनेक धावती रेखाटने करीत राहावीत, तशा स्वरूपाची याची कथा आहे. त्यांची सुख-दु:खे याला बोलकी करता येतात हेही खरे. याच्या रेखाटनात चापल्य आणि सौष्ठव आहे. मनाच्या कोणच्या हालचाली, कोणच्या क्षणी अचूक पकडावयाच्या हे जाणण्याचे चातुर्य यांच्यात निश्चित आहे.

परंतु, अजूनही ही चित्रे भिरभिरत्या स्वरूपाची आहेत. अजूनही त्यांना स्थैर्य यावयाचे आहे. अजूनही साधनाच चालू आहे. गंभीर, विस्तार पावलेले, खूप दूर पोहोचलेले, फार मोठ्या व्यथेचा मुळापर्यंत संथ प्रवास करीत गेलेले चित्र अजूनही जन्माला यावयाचे आहे. आजही ही निष्ठा, ही ओढ आणि ही कलात्मक जाणीव अशीच कायम राहिली, तिच्यात नवनव्या अवलोकनांची, अनुभूतींची व अभ्यासाची भर पडली आणि या ध्यासातली तीव्रता अशीच कायम राहिली, तर श्री. महादेव मोरे यांचे भविष्य उज्ज्वल आहे.

त्यांची कथा वाचताना माझ्या मनात हे असे विचार चमकून जातात.

'तुझी कथा माझे शब्द' या कथासंग्रहासाठी निवडलेल्या कथा वाचताना तर माझे वर उल्लेखिलेले मत अधिकच दृढावले. 'दिशा नसलेली जीवने', 'सूर्याखाली एक डोळा', 'वस्ती' यांसारख्या कथांतून सामूहिक जीवनाचे जिवंत रेखाटन ते करतात. एका विशिष्ट दैवगतीत गुरफटलेले अनेक आत्मे ते एकाच कथेच्या निमित्ताने एकत्र आणतात.

तर 'वाट', 'कर्णफुले' यांसारख्या कथांतून ते स्वत:च्याच आत्म्याची वेदना साकार करतात. अशा आत्मनिष्ठ कथेत त्यांच्यामधल्या हळुवार काव्यात्मकतेचा सुखद साक्षात्कार घडतो. असे आपल्या स्वत:त, तितकेच इतरांतही त्यांचे रमणे फार निकोप मनोवृत्तीचे लक्षण आहे. व्यथेकडे पोहोचताना ते हळवे असतात. तसेच कधी कधी विनोदबुद्धीचाही आश्रय घेतात, हेही निरोगी मनाचें लक्षण आहे. हा त्यांच्या मनोवृत्तीतला समतोलपणा मला फार प्रशंसनीय वाटतो. लेखकाला हा संयम आणि समतोलपणाच फार आवश्यक असतो. ते बोलतात तसे लिहितात. हेही मला आवडते. म्हणूनच ते वाचकाला विश्वासात घेऊ शकतात. वाचकाला न बुजवता आपल्या खूप निकट येऊ देता येणे हे फारसे सोपे नाही.

श्री. महादेव मोरे यांचा हा पहिलाच कथासंग्रह आहे. ही सुरुवात एका मोठ्या प्रवासाची ठरो, हाच या प्रसंगी शुभाशीर्वाद!

– शिरीष पै

१२ जून, १९६४

आभार

माझ्या हायस्कूलमधील शिक्षिका प्रमिलाबाई सहस्त्रबुद्धे आणि गोखले कॉलेजमधील माझ्या प्राध्यापिका डॉ. सौ. उषाताई पोतदार यांच्या प्रत्यक्ष, अप्रत्यक्ष प्रोत्साहनामुळे; तसेच कथाकार अरविंद गोखल्यांच्या 'अनामिका'च्या वाचनामुळे मी लिहिण्यास प्रवृत्त झालो. माझे मित्र नि एक उदयोन्मुख कथाकार श्री. रंगराव पाटील यांनीही मला वेळोवेळी प्रेरणा दिली. ऑक्टोबर, १९५९ मध्ये माझी 'म्हाईचा दिवस' ही कथा प्रकाशित करून 'स्वराज्य'च्या संपादकांनी मला प्रथम प्रसिद्धीच्या प्रकाशात आणले आणि त्यानंतर मी आयुष्यात पहिलीच लिहिलेली 'तुझी कथा–माझे शब्द' ही कथा 'लोकसत्ता'च्या संपादकांनी प्रसिद्ध करून माझी वाट सुकर केली. 'साप्ताहिक गावकरी' व 'मेनका' मासिकाच्या संपादकांनी माझ्यावर वेळोवेळी लोभ दाखविला. 'महाराष्ट्र टाइम्स'च्या संपादकांनी, विशेषत: सहसंपादक श्री. शंकर सारडा यांनी माझ्या कथा वारंवार प्रसिद्ध करून मला सक्रिय प्रोत्साहन दिले. तसेच निपाणीचे प्रसिद्ध वृत्तपत्र विक्रेते श्री. आर.बी.देसाई आणि प्रकाशक संस्थेचे चालक श्री. मामासाहेब देसाई, 'मराठा'च्या साहित्य विभाग प्रमुख सौ. शिरीष पै यांनी अगदी घरच्यासारखी माझ्यावर माया दाखविली.

या सर्व मंडळींचं ऋण माझ्या डोक्यावर आहे. तेव्हा परक्या माणसांप्रमाणे औपचारिक आभार मानून मी त्यांच्या ऋणातून मुक्त होऊ इच्छित नाही; कारण मला त्या ऋणाच्या शीतल छायेत राहूनच पुढील वाटचाल करावयाची आहे.

– महादेव विठ्ठल मोरे

२० जुलै, १९६४

अनुक्रमणिका

गायरं

सकाळ झाली होती, तरी बाबू बेलदार अंथरुणावर मुस्कट मारून पडून होता. अगदी मेलेल्या माणसागत. काही वेळापूर्वीच तो जागा झालेला होता; पण जराही हालचाल करीत नव्हता. तसं केल्यास थंडीच्या गार झुळका पांघरुणात शिरत, त्याच्या अंगभर फिरत अन् अंगावर तरारून काटा उभा करीत.

अजून मसरांचा गोठा साफ करायचा होता. मग बामणाच्या आडातील पाच सहा खेपा पाणी आणावं लागणार होतं, अन् नंतर न्हारी करून तंबाखूत पट्टी जुंपण्यास शेताकडं जावं लागणार होतं; पण तरीही बाबू उठायला तयार नव्हता. या कडाक्याच्या थंडीत असंच अंथरुणाच्या उबेत हालचाल न करता पडून राहावं, असं त्याला वाटत होतं.

इतक्यात त्याची म्हातारी आई आत आली, नि अजूनपर्यंत हा आपला गडदेबाज झोपलेलाच पाहून तिला संताप चढला. त्या भरात तिरीमिरीनं त्याच्या अंगावरील वाकळ ओरबाडून काढीत ती म्हणाली,

"ऊठ की रं, ऊठ की! उन्हं चांगली जोत्यावर आली तरी पडलाईस? काय वाटतंय काय जिवाला?"

"उठतो की..." म्हणत बाबूनं तिच्या हातातील वाकळ ओढून घेतली अन् स्वत:ला तीत गुरफटून घेतलं.

"रासारी टिवल्याबावल्या करीत हिंडतोस आनि सकाळी लवकर उठून साटसाट काम करायला आंग वाकत न्हाई व्हय? ऊठ बघू..." त्याच्या अंगावरील वाकळंला पुन्हा हात घालीत म्हातारी म्हणाली.

"उठतो घे, उगच ओरडू नको सकाळच्यापारी!"

कावाकावानं बाबू उठला. एका लाथेनं अंथरूण घडुशीबडी उडविलं. मग तो न्हाणीकडं आला. अजून न पेटविलेलं वायल पाहून त्याच्यातीलच

राख डोक्यात घालून घ्यावी असं त्याला वाटलं. तोंडानं अर्थशून्य पुटपुट करीत त्यानं वायलावरील हंड्यातील थंडगार पाण्यानं खसाखसा चूळ भरली आणि कावड खांद्यावर टाकून बामणाच्या आडाचं सहा खेपा पाणी आणलं. मग तो थंडीत आखडलेले हातपाय शेकत चुलीसमोर बसला, तशी भाकऱ्या बडवीत बसलेली म्हातारी त्याच्यावर डाफरली. मग त्यानं चुलीपुढचं लालभडक झालेलं शेणीचं खांड घेतलं, त्यावर चिमटी दोन चिमटी तंबाखू टाकला अन् तो अर्धामुर्धा जळल्यावर डाव्या हातावर घेतला व उजव्या हाताच्या बोटानें चांगला बारीक मळून त्याच बोटानं दात घासत हुतात्मा चौकाकडं निघाला– सकाळच्या कोवळ्या उन्हात बसून दोनचार गप्पा मारीत राखुंडी लावावी या विचारानं.

चौकात येऊन पाहतो तो अर्धाअधिक चौक महादेवाला सोडलेल्या गायरांनी भरलेला! निम्म्याहून अधिक बळीबंकासारखी पांढरीफेक नि उरलेली कुणी ठार काळी, तर कुणी काळी सावळी, तर कुणी तांबूस अशी ती गायरं पाहून प्रथम तो चरकलाच. दोन वर्षांपूर्वी लांब चिक्कोडीकडील बाजूस घालवून दिलेली आणि आजपावेतो तिकडेच रमलेली ही गायरं पुन्हा गावात केव्हा आली? त्याच्या मनात विचार आला.

चौकातल्या झेंडा लावण्याच्या काठीसमोर पूर्वेकडे तोंड करून अण्णा मिरुमकराचं चहाचं हॉटेल होतं. हॉटेलापुढील बाकड्यावर रंगा चौगुले, दिनकर कदम, म्हादू पाटील, पांडू गुरव आदी सकाळच्यापारी हाटेलापुढं हमखास आढळणारी गावातील नेहमीची मंडळी बसली होती, तेथे बाबू आला नि जवळच्या मातीत थुंकून तोंड मोकळे करीत म्हणाला,

"कवा आली गा ही गायरं?"

"मर्दा, तुला आध्र्या गावाची खबर नसती! ही बेनी कालच आल्याती की. तू हुतास कुठं मग?" पांडू गुरवानं विचारलं.

"काल बेस्तरवार नव्हता काय? तवा मी दर आठवड्यासारखा कालबी लिपाणीच्या बाजाराला गेलोतो. मग मला कुठनं माहीत आसंल?"

"ऐन सुगीच्या दिवसांतच ही धाड आली की गा! आता पिकांची काय धडगत न्हाई!" दिनकर कदमानं काळजी व्यक्त केली आणि

खरोखरच आठ-पंधरा दिवसांतच गायरांनी गावाला सळो की पळो करून सोडलं. आज रात्री याचा जोंधळा खाल्ला, तर उद्या त्याचा तुरीचा आरा खलास केला. परवा एकाच्या राखीव गवतावर धाड पडली, तर तेरवा दुसऱ्याच्या उसाची नुकसानी केली. बरं, या गायरांना मारायचीसुद्धा सोय नव्हती. जो मारील, त्याच्याच पिकावर नेमकी पाळत राखून धाड पडायची! रात्री हा धुमाकूळ नि दिवसा साऱ्या गाई जणू काही केलंच नाही अशा साळसूदपणे गावातील हुतात्मा चौकात, नाहीतर मारुतीच्या देवळासमोरील पार कट्ट्याच्या आजूबाजूस रवंथ करीत बसलेल्या असायच्या!

या गायींच्या कावामुळं सारं गाव त्रासलं. हातातोंडाशी आलेल्या पिकांची अशा तऱ्हेनं नासाडी होत असलेली पाहून त्याचं काळीज तीळ तीळ तुटू लागलं. यावर काहीतरी उपाययोजना लवकरात लवकर करायला पाहिजे होती. मग सारी मंडळी एकत्र जमली. निपाणीच्या हायस्कुलात शिकत असलेल्या कुलकर्ण्याचे वामनकडून एक अर्ज लिहून घेतला गेला, नि त्याखाली पुष्कळांनी अंगठा नि थोड्यांनी सह्या केल्या आणि तो अर्ज ग्रामपंचायतीकडे पाठविला गेला.

पाच-सहा दिवस झाले; पण अर्जाचा काहीच निर्णय लागेना. तशी गावातील तरणीताठी पोरं मारुतीच्या देवळात एकत्र जमली. सर्वजण जमल्याची खात्री झाल्यावर देवाच्या समोरील पणतीवर विडी पेटवून घेऊन ती शिलगावीत तुका शिंदे म्हणाला,

"ही पंचायतीमधील म्हातारी माणसं नुसती रस्त्याकडंची दगडं हाईत. ह्येंच्या हातनं काईसुदीक व्हायचं न्हाई हे काम! तवा आपल्यालाच हातपाय हलवायला पायजेत आता."

"व्हय तर, नाहीतर काय हे रोज– आज ह्येचा आरा खा, तर परवा त्येचा. माझ्या तंबाखूत तर काल रात्री साऱ्या गायरांनी धुडकोसवाडी मांडली!" चव्हाणाचा कृष्णा म्हणाला.

"ह्या गायरांना लांब पिटळून द्यायला पायजे. पार लिप्पाणीच्या पल्याड..."

"लिप्पाणीच्या पल्याड पिटाळली तरी तिथनं परत येतील ही बेनी गायरं! ह्येंस्नी पार तवंदीच्या डोंगरापलीकडं पिटळायला पायजे."

"बरं तसं करूया."

"मग, कवा करायची ही कामगिरी?"

"आज रात्रीच करू की! आज-उद्या, आज-उद्या करत उगच चालढकल नको." नेहमी उत्साहानं बोलणारा शिवराम म्हणाला.

"हे काम रात्रीच कशाला करायला पायजे? दिवसा केलं तर?" गेल्या मुहूर्तात लगीन झालेला बाळू म्हणाला.

"का? राती सवड होत न्हाई, काय बायकु सोडत न्हाई?" एकाने तारे तोडले.

सगळ्यांना हसण्यास एवढंच कारण पुरेसं झालं, नि प्रत्येकानं हसून घेतलं.

"लग्न झाल्यावर ही पोरं अशी का टाळकं फिरल्यावानी करत्यात कुणाला दक्कल?" अजून लगीन न झालेल्या सखानं पुस्ती जोडली.

तसा बाळू बिथरला नि चिडून म्हणाला,

"मग सुक्काळीच्यानुं, सरळ सांगा, की दिवसा सवड होत न्हाई म्हणून! उगंच घरातलं-बाहीरलं काडायची गरज न्हाई सांगून ठेवतो!"

"बरं, ते सगळं राहूं दे, मग आज रात्रीचं सगळं फिक्स नव्हं?"

"व्हय, व्हय..."

"मग आज रातच्याला सारीजणं हितच जमायचं- काठ्याबिठ्या घेऊन तयारीनिशी."

मग रात्री चांद उगवायच्या सुमारास सारेजण एकत्र जमले व गाईंचा तलाश करण्यासाठी निघाले. सगळीकडे फिरफिर फिरल्यावर सुतार ओढ्याच्या पाणंदीत त्यांना गाईंचा कळप आढळून आला. कुणाच्यातरी पिकावर डल्ला मारून रमतगमत चालला होता.

साऱ्यांनी त्यांना घेरले नि पाणंदीतून उघड्या माळावर आणले, तशी गायरं चौखूर धावू लागली. त्या पळणाऱ्या गायरांच्या मागोमाग पळून त्या तरण्याबांड पोरांना धाप लागू लागली.

काटे म्हटले नाहीत, कुंपणे म्हटली नाहीत, कमरेएवढी उंच वाढलेली गवते म्हटली नाहीत, सापकिरड्याचे भय बाळिगले नाही, रानोमाळ पळणाऱ्या गायरांच्या मागोमाग पोरं भन्नाटपणं पळत होती. आरडाओरडा करीत, गायरांना शिव्या देत...

या गोंधळामुळे वस्तीसाठी म्हणून आलेला नि डाराडूर झोपी गेलेला एक शेतकरी जागा झाला अन् चोरांची पिकावर धाड पडली की काय,

या भीतीने अंगावरच्या घोंगड्यानिशी पळत सुटला. ते पाहून त्या दमलेल्या स्थितीतही पोरांना हसू कोसळलं. पोट धरधरून ती हसू लागली.

त्या हास्याच्या आवाजाने पळणारा शेतकरी थबकला. त्यानं मागं वळून पाहिलं नि सर्व परिस्थिती समजल्यावर त्याच्या जिवात जीव आला. मग अंगात बळ आणून तो मोठ्यानं म्हणाला,

“का रं, माझ्या पिकात का गायरं घालतासा?”

“तुझ्या पिकात नाही बा! गायरांस्नी लांब ताणून देतावू!”

हा वेळपर्यंत गायरं बरीच दूर गेली होती. म्हणून त्यांना गाठण्यासाठीं पोरं पुन्हा धावू लागली.

दोन-तीन मैल हे असंच चाललं. मग गायरं इतकी दमली, की त्यांच्या शेपट्या पिरगळल्या तरी ती पळेनात. पाय ओढीत कशीतरी चालू लागली.

मग थोड्या वेळात पूना-बेंगलोरचा काळा करंद डांबरी रोड लागला, तशी पोरांनी गायरं निपाणीच्या दिशेने रस्त्याला लावली.

समोरचं टेकाड चढून वर गेल्यावर निपाणीचे दिवे दिसू लागले. तसा कृष्णा चव्हाण म्हणाला,

“ही काय, लिपाणी आलीच की...”

“व्हय आली, मग काय करावं म्हणतोस?” बाळूने विचारलं.

“प्रभात टाकीजला ‘शिकल्याली बायकु’ सिनिमा लागलाया म्हणं... लई चांगला हाय असं सावंताचा म्हाद्या म्हणत हुता गा!”

“मग काय सिनिमा बघायचा म्हणतोस?” तुका शिंदे जरा चिडूनच म्हणाला, “आलाईसा कुठल्या कामाला आनी बोलताईसा काय!”

“मी काय बघूया म्हणालो?” कृष्णा चव्हाण म्हणाला. “सावंताचा म्हाद्या काय म्हणत हुता ते सांगितलं तुमास्नी....”

“श्याना हैस!” एकाने चिडून ख्यास मारली, तशी बोलणं तिथं थांबलं!

मग निपाणी आली नि मागे पडलीही, गावाबाहेरील निमजग्याचा टेकही मागे पडला, तशा आतापर्यंत जवळजवळ बंद पडलेल्या गप्पा पुन्हा सुरू झाल्या...

सगळी तरणीताठी पोरंच होती. त्यामुळं गप्पांना काही शेंडा-बुडका

नव्हताच. जो विषय संभाषणात येईल, त्यावर सर्वांच्या जिभा नुकतीच धार लावलेल्या न्हाव्याच्या वस्तऱ्याप्रमाणे चालत होत्या.

प्रथम सटरफटर विषयाचा निकाल लावल्यावर सर्वजण लफड्या-भानगडीच्या– सगळ्यांना हव्याहव्याशा नि ऐकाव्या वाटणाऱ्या विषयाकडं वळले.

मगदुमाच्या काळ्यासावळ्या पण अंगाने टंच भरलेल्या शांतीची ती ओढ्यावर धुणं धुवत असताना आपण कशी गंमत केली, ते एकाने मिटक्या मारीतच सांगितलं नि सर्वांनी मिटक्या मारीतच ऐकलं!

मग एकएकजण आपलीआपली लफडी सांगू लागला... कोण खरं, कोण बनवून, तर कोण होतं त्यात अधिक पदरचं मिसळून नि नव्हतं तेही सांगू लागला...

अशा गप्पागोष्टींत तवंदीचा निम्मा-अधिक घाट चढून झाला. अन् शेवटचं मोठं वळण लागलं, तसा मूग गिळून गप्प बसलेला बाबू बेलदार म्हणाला,

"ह्या मुऱ्याला पर्वा एक मजेदार आक्शीडेंट झाला. बघाय पायजे हुता तुम्ही..."

"कुठंसा झाला म्हंतोस?" म्हादूने विचारलं.

"त्या बघ तिथं..." घसारतीला एका जागेकडे बोट दाखवीत बाबू म्हणाला. "या हितनं टूरिंग मोटार खाली घसारली आनि दोन-तीन गोलांट्या खाऊन त्या दांडग्या झाडाला तटली!"

"मग आतल्या माणसांचा पार चुथडा उडाला असंल?"

"एकजण जाग्यावरच मेला, दोघास्नी मुका मार बसला, तर उरलेल्या लोकास्नी नुस्तं खरचटलं..."

"ते सगळं खरं गा खरं, तू कवा आलातास हे सारं बघायला?" बाळूने रास्त शंका विचारली.

"मी तवा संकीश्वराला भनीकडं एस्टीतनं जात हुतो, तवा बघितलं सारं..."

"आस्सं व्हय..." सहज पण उपरोधाने तुका म्हणाला.

तेवढ्यात एकाला काही दिवसांपूर्वी चौगुल्याचा शंकर निपाणीच्या बाजारातून फोटो काढून घ्यावेत, असे सुंदर बैल घेऊन येत असताना वाटेत रस्त्यावरून जाणाऱ्या मालट्रकला बुजून एक बैल नेमका ट्रकजवळ

गेल्याने धक्का लागून मागच्या पायाने लंगडा झाल्याचं आठवलं अन् त्याने या गोष्टीचं स्मरण करताच सारे हळहळले.

हा वेळपर्यंत शिप्पूर तिठ्ठा आला, तशी घाटाची चढण संपली आणि उतरणीस सुरुवात झाली.

मग अर्धा-पाऊण तासात कणंगले गाव आले, तसा तुका शिंदे म्हणाला,

"आता परतूया गड्यांनु. एवढ्या लांबनं गायरं गावाकडं यायला त्येचा बा आला पायजे!"

बोलत बोलत वाट केव्हा ओसरली हे जरी समजून आलं नव्हतं, तरी इतकं लांबवर चालू चालून सर्वांचे पाय दुखू लागले होते. त्यामुळे तुकाचे म्हणणं सर्वांना चटकन पटलं. गायरांना पळवीत पळवीत गावाबाहेरील एका माळावर पिटाळून देऊन सर्वजण परतीची वाट चालू लागले.

मार्गशीर्ष महिना चालू होता. पौर्णिमेला अजून तीन दिवसांचा अवधी असला तरी तांदळाच्या पिठाप्रमाणे पांढरं स्वच्छ चांदणं पडलं होतं. चांद डोकीवरून बराच खाली घसरला होता. किती वाजले असावेत, याचा नक्की अंदाज जरी करता आला नाही, तरी कोंबडं केकाटण्यास फारसा अवधी उरला नसावा असं वाटत होतं...

पूना-बेंगलोर रोडवरून मालाने भरलेल्या ट्रकांची सारखी रहदारी चालू होती. दहा-पंधरा मिनिटाला एक तरी ट्रक जात होता किंवा येत होता. या रहदारीकडे पाहून बाबूच्या डोक्यात एक कल्पना आली अन् त्याने ती बोलून दाखविली.

"लिप्पाणीपतोर मालट्रकनं गेलं तर?"

"मालट्रकवाले आपलं पावनंबिवनं हाईत का काय ट्रकमधनं न्यायला?" तुकाने विचारलं.

"तुझा आपला सदा आडामोडाच!" कावून बाबू म्हणाला, "अरे, घेतलं तर जायचं, नाही तर आपली पायगाडी हायच की. काय?"

मग गाडी थांबवण्याचे तीन-चार वेळा अयशस्वी प्रयत्न झाले. तसा बाळू म्हणाला,

"गाड्या काय उभा करीत न्हाईत! गप्प चालत जाऊया चला! आपल्याला काय धाड भरलीया!"

"आता ही गाडी यायला लागलीया बघा," लांबवर दिसणाऱ्या दोन लाइट्सकडं बोट दाखवीत अजूनही आशा असलेला कृष्णा म्हणाला. "ही जर थांबली न्हाई तर मग चालत जायाचं!"

मग थोड्याच वेळात ठरविलं गेलं, की दोघंतिघंजण गाडीपुढे आडवे राहून गाडी उभी करायची.

गाडी जवळ आली, तसे तिघेजण भर रस्त्यावर जाऊन उभे राहिले. रस्त्यात उभे राहून गाडी थांबविण्याची खूण करीत असलेल्या त्या तिघांना पाहून ड्रायव्हरने गाडी थांबवली.

तसे सारे गाडीजवळ गेले अन् निपाणीपर्यंत गाडीवर घेण्याची विनवणी करू लागले. प्रथम ड्रायव्हर कांकू करू लागला. मग साऱ्यांनी अशी काही आर्जवे केली, की या त्रासिक प्रसंगातून सुटण्यासाठी ड्रायव्हर चिडून म्हणाला,

"बरं, बसा सगळी वर चढून जागा मिळंल तिथं!"

मग सगळे पटापट गाडीवर चढले. कोण टपावर बसले, तर कोण गाडीत भरलेल्या मालास बांधलेल्या दोराला धरून घोरपडीसारखं गाडीला चिकटून बसले...

दहा-पाच मिनिटांतच निपाणी आली, तशी गावाच्या अलीकडं निमजग्याच्या टेकाजवळ ड्रायव्हरनं गाडी थांबवली नि सर्वांना उतरण्यास सांगितलं... सखाच्या मनात आलं, ड्रायव्हरला सांगावं आणखी काही मैल असंच पुढे नेऊन आमच्या गावच्या तिठ्ठ्याजवळ आम्हाला सोड. पाहिजे तर चहा-पाण्याला चार-आठ आणे जास्ती घे... पण जादा आगाऊपणा केल्यासारखं होईल, असा समंजस विचार करून तो काही न बोलता इतरांप्रमाणे खाली उतरला.

मग ती सारी तरणी पोरं कसेतरी पाय ओढीत, नुकत्याच सुटलेल्या गार वाऱ्यानं नि जाणवू लागलेल्या थंडीत कुडकुडत कोंबडे ओरडण्याच्या सुमारास गावात येऊन पोहोचली, अन् आपल्या घरी जाऊन गडद, बिनघोरी झोपी गेली.

दुसरा दिवस उजाडला नि चांगला वरही आला. सकाळचे दहा-साडेदहा झाले, तसा बाबू बेलदार आपसूकच, कोणीतरी उठविल्यागत अंथरुणात उठून बसला. त्याच्या डोळ्यांनी, बाहेरील नव्या नाण्यासारखं चकाकणारं ऊन पाहिलं अन् ते प्रथम दिपले, नंतर आश्चर्याने विस्फारले

आणि मग सर्व काही आठवल्यावर शांत झाले.

नंतर तो अंथरुणावरून उठला, दररोजच्या सवयीनुसार एका लाथेत अंथरूण घडुशीबुडी उडविलं अन् सावकाश नेहमीचे कार्यक्रम आटोपले. गरगरीत जेवण केलं आणि मग बैलांना चारून आणावं नि वैरणीचा एक भाराही आणावा असा विचार करून शेताकडं निघाला...

तो गावातील मारुतीच्या देवळाजवळ आला नि देवळापुढील पारकट्ट्याच्या आजूबाजूस बसलेलं देवाच्या गायराचं खिल्लार पाहून एखादं भूत पाहिल्याप्रमाणे दचकला! रात्री केलेली पळापळ, कणंगल्यापर्यंत केलेली तंगड्यातोड सारं सारं त्याला आठवलं... नि समोरच्या त्या पिंपळाच्या झाडासकट जमीन गरगर फिरते आहेसं वाटू लागलं... अन् चक्रावलेल्या माणसाप्रमाणं तो डोकं धरून मटकन खाली बसला...

...आपला मालक चालता चालता असा गप्पकन खाली का बसला म्हणून ती दोन बैलंही खुळ्यागत त्याच्याकडं आणि गाडीनं व धुळीने राडरिबीट झालेल्या नि कणंगल्यापासून परत आलेल्या त्या गायरांच्या खिल्लाराकडं आळीपाळीनं पाहू लागली.

◆

दिशा नसलेली जीवने

रात्रीची आठ-साडेआठची वेळ होती. वळीव जोरदारपणें गरजत होता. आडव्या-उभ्या सरी कोसळत होत्या. अन् त्यांतून वारं इतकं जोरदारपणें वाहत होतं की, वर्कशॉपवरचे पत्रे उडून जातात की काय, असं आतील लोकांना वाटत होतं.

व्हॉल्व्ह ग्राईंडिंगसाठीं आलेल्या अठ्ठेचाळीस मॉडेल शोव्हरलेट कारच्या मडगार्डवर बसलेला पोलादी देहाचा वसंत मेस्त्री म्हणाला,

"आयला, काय पाऊस कोसळाय लागलाय! आणि वारं तरी काय भन्नाट सुटलंय! भरल्याली मर्चीडीस देखील ह्यानं उलथून पडायची!"

"इसकी मांकी! ह्या वर्षी जल्दीच पाऊस, सुरू झालाय..." बॉडी बांधण्यासाठी आलेल्या बेडफोर्डच्या स्टेपनीवर बसलेला अल्लाबक्ष ड्रायव्हर म्हणाला.

"थंडी तरी काय सुटलीय! एक विडी तरी काढ की!" हातमोडक्या खुर्चीवर बसलेला किसन लोहार वसंत मेस्त्रीकडे हात पसरीत म्हणाला.

मेस्त्रीने आपला जाडजूड केसाळ हात पॅन्टच्या खिशात घालून बिडीबंडल काढलं व त्यातील एक बिडी लोहाराच्या हातावर टिकवीत म्हटलं, "च्यामारी, तुझ्याजवळ कधी विडी असतीया!"

लोहार कोडगेपणी पण धूर्तपणें हसला. म्हणाला, "बिडी-काडी नसूनसुद्धा बिड्या वडायची सवय ठेवली पाहिजे! आणि हे काय येरागबाळ्याचं काम नाहीं! काड्यापेटी आण."

"अरेच्या, तू तर आमच्या राशीला पूजलाईस!" मेस्त्रीनें काड्याची पेटी त्याच्याकडे टाकीत म्हटलं.

"येऽ, ऐका– काय ऐकायला येतंय का?" ओव्हर ऑइलिंगसाठी आलेल्या पन्नास मॉडेल व्हॉक्झलच्या फ्रण्ट सीटवर बसलेला बाजीराव क्लीनर म्हणाला आणि त्यानें शोव्हरलेटचं मागचं दार उघडलं, आतील

मॅटिंग डोक्यावर घेतलं नि म्हटलं, "येतो बघून– काय भानगड आहे ती!" व बाहेर पडला.

वर्कशॉपच्या बाहेरच्या बाजूला वळचणीच्या कडेला कुत्र्याची पिल्लं उभी होती– मधून मधून कणव आणणारा केविलवाणा आवाज काढीत थंडीने कुडकुडत. समोर असलेल्या खांबावरील म्युनिसिपालटीच्या लाइटच्या प्रकाशात त्यांचं अस्तित्व चटकन जाणून येत होतं.

मेस्त्री त्यांच्याजवळ गेला. छोटी छोटी गोजिरवाणी अशी ती चार पिल्लं पाहून त्याच्या पहाडासारख्या शरीरातील खडबडीत हृदयाला पाझर फुटला. तो चटकन पुढे झाला. त्याने दोन एका हातानें नि दोन दुसऱ्या हातानें पकडून त्यांना वर्कशॉपमध्ये आणली.

"ही बघा, ती सारी पिल्लावळ!" त्यांना खाली ठेवीत तो म्हणाला.

"हीं जत्रा हितं कशी आली बा?" बाजीरावने विचारलं.

"कुठल्यातरी बेन्यानं आणून सोडली असतील." ओढून संपत आलेली विडी टाकीत लोहार म्हणाला.

"इसकी मांकी! कसं काळीज झालं आसंल साल्याचं!" अल्लाबक्ष हळहळला.

"बरं, तें सगळं राहूंदे. ह्या पिल्लांची काय व्यवस्था बघता काय कसं? बघा, कशी थंडीनं कुडकुडायला लागल्यात ते," मेस्त्री म्हणाला.

"होय, काहीतरी शिस्त करायला पाहिजे ह्येंची..." असं म्हणत लोहार उठला. कोपऱ्यात असणाऱ्या हत्यारे ठेवण्याच्या कपाटाजवळ पडलेलं एक पटकूर त्यानं आणलं नि त्या पिल्लांजवळ आंथरलं. त्यावर त्याने एक एक पिल्लाला ठेवलं व तो त्यांच्याकडे अतीव मायेनं पाहत राहिला. त्यातील एक पिल्लू काळ्या-तपकिरी रंगाचं होतं. दुसरं शुभ्र पांढरं असून त्याच्या दोन्ही कानांमध्ये एक काळसर डाग होता आणि बाकीची दोन्हीं तांबूस रंगाची व काळसर तोंडाची होती.

लोहारानें पांढऱ्याशुभ्र पिल्लाच्या अंगावरून हात फिरविला, तस ते आपली छोटीशी शेपटी हलवीत त्याचा हात चाटीत राहिलं. तेव्हा तो म्हणाला,

"अरे, ही फार भुकावल्यात वाटतं. बघा कशी पोटं बक्कालीला गेल्यात ते."

"होय. थोडंसं दूध आणून घातलं असतं," मेस्त्री म्हणाला, "सद्या

कुठं दिसत नाही?''

सद्या हा वर्कशॉपची झाडलोट करणारा नि मेस्त्रींच्या हाताखाली पडेल ती कामं करणारा आठ-दहा वर्षांचा पोरगा. दिवसभराच्या कामानें कंटाळा आलेला नि बाहेर वळीव झोडत असलेला. त्यामुळे हातातील कामं स्थगित करून जो तो बसला होता अन् जशी मोकळीक मिळताच शोव्हरलेटच्या मागच्या गादीवर नुकताच लवंडलेला सद्या, मेस्त्रीच्या बोलण्यातील आपला उल्लेख ऐकून बाहेर आला व आपल्या डोकीवरील काळी, मळकट झालेली कॉन्टी मागे सारीत म्हणाला, ''काय?''

त्याच्या प्रश्नातून थोडा त्रासिकपणा डोकवला, तशा मेस्त्रीच्या तोंडून तीन-चार अस्सल शिव्या बाहेर पडल्या. मग तो म्हणाला,

''...किती झोपतोस बे? आँ? ही काय झोपायची वेळ?''

मेस्त्रीच्या शिव्या ऐकून कुठंतरी दूर दूर निघून जावं, असं घरून या शहरी पळून आलेल्या सद्याला नेहमीसारखं वाटलं; पण...

तो तसाच मेस्त्रीसमोर उभा राहिला. मेस्त्रीने खिशातून एक पावली काढली नि त्याच्या हातावर टिकवीत म्हटलं,

''जा. हॉटेलातनं दोन आण्याचं दूध नि दोन आण्याचा पाव आण जा.''

''दूध कशातनं आणायचं?'' सद्याने भीत भीत मुद्द्याचा प्रश्न विचारला; कारण दूध आणण्यासारखं असं वर्कशॉपमध्ये काहीच नव्हतं.

''जा बेट्या-हॉटेलातलाच ग्लास आण जा! नाही दिला, तर त्या गणप्याला माझं नाव सांग, जा...''

या पावसात कसं जायचं, हा मूलभूत प्रश्न विचारण्याचं सद्याच्या डोक्यात आलं होतं; पण मेस्त्रीच्या आणखी शिव्या खाव्या लागतील या भीतीने तो तसाच पावसात भिजत गेला नि जवळच्या हॉटेलातून पाव-दूध घेऊन भिजतच आला.

कुत्र्याची पिल्लं कुडकुडत होती.

सद्या आला तसा लोहार उठला. कोपऱ्यातील कचऱ्यात पडलेले सिलबिंब त्याने घेतलं. स्वच्छ धुतलं. धुरळा बसून मळकट झालेली आतली काच स्वच्छ झाली. मग पाव कुस्करला नि त्यात दूध ओतून पिल्लांसमारे ठेवलं.

तशी पिल्लं त्यावर तुटून पडली. एकमेकांना ढुश्या देत नि

लवालवा आवाज करीत काही मिनिटांतच त्यांनी ते कालवण संपवून टाकलं आणि मग तोंडानें 'बूंऽ बूंऽऽ' असा आवाज करीत नि इटुकल्या शेपट्या हलवीत तीं साऱ्यांकडे पाहत राहिली.

तसा अल्लाबक्ष म्हणाला, "साल्यांनु अजून भूक भागली नाही होय तुमची?"

या प्रश्नाचं उत्तर म्हणून की काय पांढरं पिल्लू त्याच्या पायाजवळ गेलं नि त्याचा केसाळ पाय आपल्या लालवट जिभेने चाटू लागलं. त्याच्या अंगावरून हात फिरवीत तो म्हणाला,

"मेस्त्री, पोटं भरली वाटतं ह्येंची."

"न भरायला काय झालंय?"

"तरीही आणखी थोडं दूध घातलेलं बरं." अल्लाबक्ष म्हणाला नि त्याने बारा नये पैसे सद्याकडे दिले व म्हटलं, "दूध आण जा ह्येचं."

आता वळीव ओसरला होता. वर्कशॉपबाहेरच्या खुल्या मैदानातील खाचाखळग्यांत लाल जर्द रंगाचं पाणी साचलं होतं नि त्यावर म्युनिसिपालटीच्या खांबावरील दिव्यांचा प्रकाश पडल्यानं त्यांचं अस्तित्व जाणवून येत होतं.

मघाशी आणलेला ग्लास घेऊन सद्या बाहेर पडला.

दूध येताच ते सिलबिंबमध्ये ओतलं गेलं. ती चारी पिल्लं त्यावर पुन्हा तुटून पडली.

मग एकएकजण जेवायला निघून गेला. वसंत मेस्त्री जाताना खिशातील आठ आणे काढून सद्याच्या हातावर ठेवत म्हणाला,

"हे घे जेवायला. जेवून येऊन काळजीपूर्वक दारं बंद करून घेऊन झोप. काय?"

"बरं–" पैसे घेत सद्या म्हणाला.

मेस्त्री निघून गेला. सद्याने पैसे खिशात घातले. संध्याकाळच्या सुमारास त्याने चहा, भडंगवर ताव मारला होता. त्यामुळे त्याला आता मुळीच भुका लागल्या नव्हत्या. कोपऱ्यातील हौदातील पेलाभर पाणी पिऊन नि दारं व्यवस्थित बंद करून शेव्हरलेटच्या मागील गादीवर त्याने अंग टाकलं व थोड्याच वेळात तो झोपी गेला... आपण मोठे मेस्त्री झालो आहोत, आपलं स्वतःच्या मालकीचं मोठं, लांबलचक असं वर्कशॉप आहे, नि त्याच्या कम्पाउंडमध्ये रिपेअरिंगसाठी आलेल्या चालू

मॉडेलच्या गाड्यांची गर्दी उसळलेली आहे... असं त्याला स्वप्न पडलं... त्यात तो गुंगला.

पहाट झाली. प्रकाशाचं पांढरं बोंड फट्‌दिशी फुटलं. तेवढ्यात उगवतीला कुणा अनामिकाने गुलाल उधळला...

कॅफे पॅराडाइजमध्ये हॉटेल पोऱ्या म्हणून नोकरी करीत असलेल्या उस्मानने हॉटेलकडे जाता जाता नेहमीसारखी वर्कशॉपजवळ येऊन सद्याला हाक घातली.

"सद्या, वो सद्या! यार ऊठ! दिवस बघ बे उगवाय लागला!"

शोव्हरलेटच्या मागील गादीवर झोपलेलं सद्याचं शरीर मोठ्या कष्टानं उठलं. गावातल्या 'विजय'ला लागलेल्या हिन्दी सिनेमातील गाण्याचा तुकडा त्यानं तोंडात कोंबला नि तो घोळवीत वर्कशॉपचं दार उघडून तो बाहेर आला. तसा उस्मान म्हणाला,

"आबे, आतै क्या हाटीलकडे?"

तोंडात कोंबलेला गाण्याचा तुकडा बाहेर काढीत सद्या म्हणाला,

"आते तो. चल."

मेस्त्रीने रात्री दिलेली अधेली खिशात चाचपीत सद्यानें वर्कशॉपला कुलूप ठोकलं आणि शर्टाची बटनं लावीत उस्मानबरोबर चालू लागला.

रस्त्याने जाताना 'कमल'मध्ये लागलेला इंग्लिश चित्रपट कसा बघण्यासारखा आहे, त्यातील हिरो कसा बेडर छातीचा आहे, एका गोळीत चार चार माणसं तो कशी खतम करतो, नि गुंडांनीं पळवून नेलेल्या नायिकेची सुटका करून तिच्याबरोबर कशी 'मज्जा' करतो, हे सारं उस्मानने रंगून रंगवून सांगितले. तसं तो चित्रपट आजच पाहणं हे आपलं परम कर्तव्य आहे, हे सद्याच्या मनाला पटलं आणि आज आपण तो चित्रपट पाहणार, ही मौलिक गोष्ट त्याने उस्मानला बोलून दाखविली.

अशा बोलण्यातच 'कॅफे पॅराडाइज' आलं. गल्ल्यावर बसलेल्या मालकाला 'सलाम आलेकुम' असं तोंडभर हसून म्हणत नि त्याच्या 'आलेकुम सलाम'ची अपेक्षा न करता उस्मान आतमध्ये सटकला. कामाला लागला.

सद्याने नाष्ट्याची ऑर्डर दिली. शिस्तीने नि मन:पूर्वक त्यावर हात चालविला. मग चहा पिऊन मोठ्या रुबाबात गल्ल्याजवळ आला.

खिशातील अधेली परवा पाहिलेल्या त्या हिन्दी सिनेमातील नायकासारखी मोठ्या ऐटीने पण बेपर्वाईने मालकासमोर टाकली; पण दुर्दैवाने मालक बदमाशांच्या टोळीचा 'बॉस' नव्हता. त्यामुळे बाचाबाची होऊन ठोसाठोशी झाली नाहीं. सद्याला राग यावा इतक्या शांतपणे मालकाने अधेली गल्ल्यात टाकली. एवढ्यात उस्माननें 'छे आने' असं बेंबीच्या देठांतून ओरडून सांगितलं. मालकानें बारा नये पैसे टेबलवर टाकले.

क्षुल्लक वस्तू उचलावी, तसा चेहरा करून सद्याने ते पैसे उचलले. दहा नया पैशांचा बाहेरील पानाच्या दुकानांतून पिवळा हत्ती विकत घेतला आणि तो अशोककुमारच्या ऐटीने तोंडात कोंबून मोठ्या दिमाखाने तो वर्कशॉपकडे निघाला...

वर्कशॉपजवळ तो जेव्हा आला, तेव्हा मेस्त्रीनं नि लोहारानं भरतनाट्यम् करायचं तेवढं बाकी ठेवल्याचं त्याला आढळून आलं. गग दररोजचा प्रकार घडला... आणि सद्यानेही कमावलेल्या कोडगेपणाने त्यांच्या शिव्या एका कानाने ऐकल्या नि योगी पुरुषाप्रमाणे शांतपणे दुसऱ्या कानाने सोडून दिल्या! बराच वेळ तोंड वाजवून कंटाळल्यावर मग मेस्त्री म्हणाला,

"जा, या पिल्लांस्नी काय तरी खायाला आण जा."

हा वेळपर्यंत ती पिल्लं वर्कशॉपच्या दारांच्या चिरुंडीतून बाहेर येऊन 'कुंऽईऽऽ' असा लाडिक आवाज करीत पायांशी घोटाळत होती.

सद्याने वर्कशॉपची सारी दारं उघडली. काल आणलेला ग्लास दुधासाठी घेतला आणि मेस्त्रींकडील पैसे घेऊन पुन्हा कॅफे पॅराडाइजकडे निघाला.

मेस्त्रीने जवळच्या खांबावर लटकविलेल्या लक्ष्मीच्या फोटोपुढे रोजच्यासारखी उदकाडी लावली नि मन:पूर्वक नमस्कार केला, तसे लोहारानेही हात जोडले.

एवढ्यात गणपा हा १५-१६ वर्षांचा पोरगा आला. गेले आठ दिवस तापाची कसर आल्याने तो कामावर आला नव्हता. थोडं बरं वाटल्यावर आज आला होता.

"काय रे, बरं वाटतंय का?" त्याला पाहून मेस्त्री म्हणाला.

"चांगलं बरं वाटतंय न्हवं? वाटत नसलं, तर आणि एक दिवस इस्वाटा घे." लोहाराने सल्ला दिला.

“नाही बा. अगदी खडखडीत बरा झालोय.” गणपा म्हणाला.

“बरं तर. साळुता घेऊन एकदा सगळं लोटून काढ बघू. मग एकटाकी कामाला लागायला बरं.”

गणपा सारं वर्कशॉप लोटून काढीपर्यंत शोव्हरलेट कारचा मालक, अल्लाबक्ष ड्रायव्हर, बाजीराव क्लीनर, म्हादू सुतार हे लोक जमले. मग वसंत मेस्त्रीने इमरी, ग्रायंडर, रॉकेल वगैरे घेऊन शोव्हरलेटचे हेड पुढ्यात घेतले नि तो ग्रायंडिंग करू लागला. सद्या नि गणपा व्हॉक्झलच्या दोन्ही बाजूंकडून खाली पडले व तिची ऑईल-केस काढू लागले. सुतार बेडफोर्डजवळ गेला व फळ्या रंदू लागला. लोहार ॲक्सिडेन्टमध्ये सापडून चेपलेल्या परफेक्ट फोर्डजवळ गेला नि तिचा चेप काढू लागला. शोव्हरलेटचा मालक मेस्त्रीजवळ गेला नि तिथेच बसून ग्रायंडिंग बघू लागला. बाजीराव व अल्लाबक्ष सुताराजवळ गेले.

इतक्यात शंकर आला. बहीण आजारी होती, म्हणून चार दिवसांपूर्वी तो तिच्या गावी गेला होता. त्याला आपलं म्हणणारं तेच तेवढं माणूस जगात उरलं होतं. बाकी कोणी नव्हतं.

आज तो कामावर हजर राहण्यासाठी आला होता. त्याला पाहून लोहार म्हणाला,

“आज आलास?”

“व्हय.”

“चांगलं केलंस! कामाचा किती खुळांबा झाला. बरं, कापडं बदल आनि ये हिकडं...”

मग शंकरने कळकट कापडं अंगावर चढवली नि लोहाराच्या कामाला लागला.

काही वेळ न बोलता काम चालू झालं. मग सर्वजण कंटाळले आणि कंटाळा आल्यावर करमणुकीचा विषय म्हणजे शंकर.

नेहमीप्रमाणं त्याला थोडं फुगविण्यात आलं. त्याच्या अंगी नसलेल्या गुणांची स्तुती केली गेली आणि मग यामुळे आतापर्यंत घुम्यागत काम करीत असलेला शंकर फुलला, खुलला नि अघळपघळ बोलू लागला.

“शंक्या, तू मिलिटरीत हुतास नव्हं?” बाजीरावने विचारलं.

“हुतो तर!” लोहारापुढें हातात मडगार्ड धरून उभा असलेला शंकर म्हणाला.

"किती वर्सं हुतास?"

"सात बरस !" अनपेक्षितपणे राष्ट्रभाषेत उत्तर आलं नि त्यामुळे सर्वांचे चेहरे मिस्कील झाले.

"कोणत्या गावाला हुतास?" अल्लाबक्षने विचारलं.

"पुन्याला होतो, पुन्याला!"

"मग लढाईबिढाईवर गेला असशील की?"

"गेलोतो तर."

"मग माणसं चिक्कार मारली असशील." सर्व मंडळींकडे पाहत डोळे मिचकवीत लोहार म्हणाला.

"मारली की! पुढं नेम धरून मागली पन्नास नि पुढली चाळीस माणसं मारली पेट्टाला!"

शंकरच्या या बोलण्यामुळे वसंत मेस्त्रीला खूप हसू लोटलं; पण प्रयत्न करून त्यानं ते कसं तरी आवरलं नि हातात व्हॉल्व्ह घेऊन त्याची इमरी फडक्याने पुसून काढीत त्याला शीट आलीय की काय हे पाहत त्यानं शंकरला विचारलं,

"व्हय रे, पुन्यामधल्या बाईची काय भानगड ती?"

"आं, हां, ती व्हय? त्येचं काय झालं– तर अशाच एका सुट्टीच्या दिवशी संध्याकाळच्या सुमारास गावातनं फिरत हुतो. इतक्यात 'शुक्, शुक्' असा आवाज कानावर आला. कोण बलीवतंय् ते मान फिरवून मागं बघावं म्हटलं, तर मान बी फिरत नव्हती. तेवढी तयारीच हुती माझी त्या वख्ताला. मिलिटरीतलं मटण-बिटण खाऊन ह्यो आस्सा रेड्यागत झालो हुतो. तर सांगायचं काय? तर मान फिरत नव्हती म्हणून सरळ मागं वळलो. आनि बघतोय् तर एक देखणी बाई बोलवत हुती! मनात चाट पडलो. आनि मग तिच्या जवळ जाऊन धीर करून म्हणालो,

"मला हाक मारलीस काय?"

"व्हय. चल माज्याबरोबर." ती म्हणाली.

तसा मी तिच्यामागोमाग चालू लागलो. धा-पाच मिनिटांत तिची खोली आली. आत गेल्याबरोबर...

मी तिला म्हणालो,

"काय पैसे-बियसे दिऊ काय?"

"नको बा!" ती म्हणाली, "माझ्या जवळचंच घे वाटलं तर पाच-धा."

तसा मी भावरथीपणानं म्हणालो,

"मग ह्या वख्ता दे की धा रुपये!"

तिनं धाची नोट माझ्या हातावर ठेवली, नि मग मी बाहेर पडलो...

हे सर्व ऐकून बेडफोर्डजवळ बॉडी बांधण्याचं काम करीत असलेल्या सुताराला इतकं हसू लोटलं की, ते त्याला आवरता आलं नाही. तो पळत पळत बाजूला गेला व पोटभर हसू लागला. या स्थितीत त्याला कुणीही पाहिलं असतं, तर सरळ ठाण्याला पाठविलं असतं! हसण्याचा हा महत्त्वाचा कार्यक्रम संपल्यावर थोड्या वेळाने तो वर्कशॉपमध्ये आला.

त्या वेळी शोव्हरलेटच्या मालकाने शंकरला चहाची ऑर्डर सांगण्यासाठी हॉटेलकडे पाठविल्याचं त्याला समजून आलं आणि तो गेल्यावर त्याच्यामागे मंडळींमध्ये त्याच्याबद्दलच गप्पा चालल्या होत्या.

"आसं त्येला भुलवून गम्मत करणं बरं न्हवं हं! आधीच अर्धवट हाय, त्येला पुरा खुळा करून ठेवशील!" लोहार म्हणत होता.

यावर वसंत मेस्त्री म्हणाला,

"आम्ही तरी काय करणार? तो बोलतोय तरी कसं बघतोसच न्हवं? काय म्हणं पुढं बघून मागली पन्नास माणसं मारली लढाईत! रस्त्यातनं बाईनं बोलावून नेलं नि वर रुपयं दिलं! हाः हाःऽ" मघाचं सर्व आठवून मेस्त्रीला आणखी हसू येऊ लागलं.

एवढ्यात अल्लाबक्षला वाचा फुटली,

"अरे सुनो, पर्वा काय गंमत झाली– शंकऱ्या नि मी एका किराणी दुकानात बिड्या घेत होतो. तेव्हा एक १५-१६ वर्षांची पोरगी तेल न्यायला आली... बिड्या घेऊन रस्त्याला लागल्यावर शंकऱ्या म्हणतो कसा–

"मघाची ती पोरगी बघितलीस का?"

"बरं, बघितली!" मी म्हणालो.

"तिनं हे आस्सं कोपरानं डिवचलं बघ मला..."

हें ऐकून सगळें खोः खोः करून हसू लागले. हातातली कामं थांबली. पोट दाबून धरून काहीं जमिनीवर झुकले, काही लोळू लागले,

तर काही दुसऱ्याच्या अंगावर कोसळले! नेहमी तांबडे लाल डोळे असलेल्या, बसलेल्या गालांवर बोटभर दाढी वाढवून फिरणाऱ्या, मोबॉईल, रॉकेल, ग्रिझ यांचे डाग असलेले नि धुळीने माखलेले कपडे घालणाऱ्या शंकरला एका कोवळ्या पोरीने डिवचलं ही कल्पनाच सर्वांना अतिशय विनोदी वाटली...

"मग काय झालं?" मनसोक्त हसून झाल्यावर धोतराच्या सोग्याने डोळ्यांत आलेलं पाणी निपटून काढीत शोव्हरलेटच्या मालकाने विचारलं.

मग मी म्हणालो,

"शंक्या, तुझ्या पाठीवर किती तीळ आहेत?"

"का बा?" त्यानं विचारलं.

"न्हाई, म्हणजे– पुरुषाच्या पाठीवर जितके तीळ असतील, तितक्या त्यांना बायका लबुद असतात, भाळतात."

"मग माझ्या पाठीवर धा-पाच तरी नक्की असतील. बघाय् पाहिजे एकदा." शंकर म्हणाला.

अल्लाबक्षने सांगितलेल्या या हकिकतीवर पुन्हा एकदा हास्यस्फोट झाला! तो ओसरल्यावर किसन लोहार म्हणाला,

"फुरं की आता! किती काढशिला बिचाऱ्याचं? दोन वेळा भरपेट जेवण नि चहा दिल्यावर हत्तीसारखी कामं उलटून टाकतोय त्यो!"

"ते सगळं खरं गा! पर गड्याचा स्क्रू जरा ढिला हाय! तिकडनंच चुकलंय! पयल्यापास्नंच हे आसं हाय काय?" बाजीरावने विचारलं.

"कुठलं पयल्यापास्नं? बहाद्दराचं लगीन झालं, नि नक्षत्रासारखी बायकू मिळाली. मग कुठं काय बिघडलं, कुणाला दक्कल! एका दिवशी ती एका ड्रायव्हरचा हात धरून पळून गेली नि तवापास्नं हे आसं झालं..."

लोहार आणखीन पुढे बोलणार होता. एवढ्यात हॉटेल पोऱ्याला पुढे घालून शंकर चहा घेऊन आला नि बोलणं तेवढ्यावरच थांबलं.

सर्वांचा चहा घेऊन झाला, तसा पुन्हा कामाला सूर लागला...

दुपारचा एक-दीड झाला. तसा एकएकजण जेवण्यासाठी जाऊ लागला.

शेवटी शंकर नि सद्या राहिले. गावांत त्यांचं कोणीच नसल्यामुळे ते दोघं खानावळीत जेवायचे.

सद्याने वर्कशॉपची दारं बंद केली, नि शेवटच्या दाराजवळ येत शंकरला म्हणाला,

"चल की जेवायला!"

शंकर व्हॉक्झलमध्ये मागील बाजूला बसला होता. तो शून्यात पाहत म्हणाला,

"मी न्हाई येत... तू जा एकटाच."

"का येत न्हाईस?"

"मला भुका न्हाईत."

"भुका न्हाईत? काय हुतंय काय तुला? बरं वाटंना का?" त्याच्याजवळ जात सद्याने विचारलं.

तसा शंकरला गदकन् हुंदका आला.

"अरे, असं बायकागत एकाएकी रडायला काय झालं तुला?" सद्याने विचारलं.

काही वेळ शंकर काहीच बोलला नाही. मग हळूहळू तो म्हणाला,

"बायकूची आठवण येतीया मला... निपाणीला कामाला हुतो तवा वरचेवर भेटत हुतो... कधीमधी घराकडं गेलो तर बिड्या बांधायचं काम सोडून मला च्या करून द्यायची. लै चांगली हाय रे... आपल्याजवळच राहा म्हणत हुती... खरं..."

"आनि त्यो ड्रायव्हर?"

"त्योबी तिच्याजवळच हुता की."

"आनि तरी तुला राहा म्हणत हुती?"

"व्हय." शंकर म्हणाला.

आणि सद्याने मनातल्या मनात आपल्या कपाळावर हात मारून घेतला! काहीतरी सांगण्यासारखी गोष्ट घडली होती आणि जेवून आल्यावर सर्व मंडळींना ही ताजी भित्तरकथा सांगणं हे तर त्याचं कर्तव्यच होतं. अन् ते आपण व्यवस्थित पार पाडावयाचं असं मनात पक्कं ठरवून तो म्हणाला–

"बरं, ते राहू दे. चल जेवायला. दोन घास खाऊन येऊ या. खुळ्या, बायकूची याद आली म्हणून काय उपाशी राहायचं?"

तसा शंकर जाग्यावरून हलला नि बाहेर येताना कोपऱ्यात मुटकुळं करून बसलेल्या कुत्र्यांच्या पिल्लांवर त्याची नजर गेली, तसा तो

म्हणाला,

"अरे, ह्या कुत्र्यांच्या पिल्लांस्नी काय? सगळी तसंच गेली व्हय विसरून!"

"व्हय की," सद्या म्हणाला. "तुझ्याजवळ एक आणा हाय?"

"कशाला?"

"माझ्याजवळ एक आणा हाय. तुझ्याजवळ असला तर दे म्हणजे आण्याचं दूध नि आण्याचा पाव आणतो."

शंकरने खिशातील बारा नवे पैसे काढून सद्याला देत म्हटलं– "एवढंच हाईत!"

पैसे नि ग्लास हातात घेऊन सद्या बाहेर पडला आणि जवळच्या हॉटेलातील दूध नि पाव घेऊन आला.

त्याच्या हातातील पेला पाहताच पिल्लं जागेवरून उठली आणि त्याच्या पायाशी घोटाळली. "अरे बेट्या, हो, जरा दम घ्या, दम घ्या." असं म्हणत त्याने सिलबिंबमध्यें पाव-दुधाचं कालवण केलं आणि त्यांच्यापुढं ठेवलं... पिल्लं त्याचा फडशा पाडत असतानाच वर्कशॉपचं शेवटचं दार बंद करून, कुलूप घालून ते दोघं खानावळीकडे निघाले.

सर्व जेवून वगैरे येईपर्यंत दोन-तीनचा सुमार झाला. आपआपल्या कामाला सुरुवात झाली आणि काही वेळातच शंकरच्या लक्षात आलं की, देखणं असलेलं शुभ्र पांढरं, नि तपकिरी रंगाचं अशी दोन पिल्लं कुठं दिसत नाहीत! ती दोन पिल्लं सुंदरच होतीं. अन् तीच कुठं नाहीशी झाली होती.

वसंत मेस्त्री आला. दोन पिल्लं कोणीतरी नेल्याचं समजताच त्याने आपल्या नेहमीच्या स्वभावानुसार खूप गोंधळ माजविला! पिल्लं नेणाऱ्यांच्या सात पिढ्यांचा उद्धार झाला. सतरा वेळा त्यांची तंगडी मोडली. दहा वेळा त्यांची मान मुरगाळली गेली. मग बऱ्याच वेळाने मेस्त्री शांत झाला, नि आपल्या आपल्या कामाला सुरुवात झाली.

वातावरण तंग झाल्याप्रमाणं झालं होतं. त्यामुळें सगळ्या वर्कशॉपची करमणूक असलेल्या शंकरची टिंगल झाली नाही. त्याला फुगविलं गेलं नाही नि तोही हरभऱ्याच्या झाडावर चढून घडाघडा बोलू लागला नाही.

एकसुरी कामाला सुरुवात झाली. मांजराची पावलं घेऊन सांज आली. किनिट पडलं, तसे वर्कशॉपमधील लाईट लावले गेले. अन्

त्याच्या प्रकाशात वर्कशॉपबाहेरच्या खुल्या मैदानात एकमेकांपासून काही अंतरावर मुरून बसलेलीं उरलेली दोन पिल्लं दिसून आली.

त्यांना पाहून किसन लोहार म्हणाला,

"मेस्त्री, ढाणेवाघ कसं बसल्यात, बघितलं काय?"

"च्यामारी, त्येनला बाहीरच जागा हाय व्हय! आत बसायचं सोडत्यात, नि बाहीरच पळत्यात सारखं!" त्यांच्याकडे पाहत मेस्त्री म्हणाला, नि ग्रायंडिंग करून नि रॉकेलनें स्वच्छ धुऊन घेतलेले शोव्हरलेटचे हेड आवळू लागला...

असाच काही वेळ गेला नि बाहेरगावची भरलेली चायना डॉज आली. गाडीचा आवाज आला, तसं सर्वांचं लक्ष बाहेर गेलं... मेस्त्री तीरासारखा बाहेर धावला नि गाडीचं दार उघडून बाहेर पडत असलेल्या ड्रायव्हरला त्यानं खाली ओढलं आणि धुणं बडवावं तसं त्याला कुबलू लागला.

"साला, गाडी चलाता है क्या हाजमपट्टी करता है? आँ..." मेस्त्री पुटपुटत होता.

हा अनपेक्षित प्रकार पाहून वर्कशॉपमधले सारे बाहेर धावले. मेस्त्रीला त्यांनी आवरलं. ते सारं कशाबद्दल नि का घडतंय हे त्या ड्रायव्हरलाही समजेना!

"का... काय झालं मेस्त्री?" धीर धरून शंकरने विचारलं.

"बेट्या, दिसत नाहीं– गाडीचं पुढचं चाक सरळ पिल्लावर गेलंय?"

आणि सर्वांचं खाली लक्ष गेलं... खरंच त्या तांबूस रंगाच्या व काळसर तोंड असलेल्या पिल्लाच्या अंगावरून पुढचं चाक गेलं होतं. पिल्लू ओरडलं नव्हतं की काही हालचालही केली नव्हती. ते मुरून अंगाचं मुटकुळं करून बसलं होतं नि तसंच मेलं होतं आणि राहता राहिलेलं शेवटचं चौथं पिल्लू दूर अंतरावर जाऊन भेदरून गाडीकडे पाहत उभं होतं...

मेस्त्रीचा पिल्लांवर फार जीव होता. या सर्व प्रकारामुळे त्याच्या मनाची पुष्कळ उलथापालथ झाली. घडीच विस्कटून गेल्यासारखी झाली. खिशात हात घालून हाती लागलेला रुपया त्याने सद्याच्या हातावर टाकला आणि, "हे जेवायला घे. नि पिल्लाला दूधही आणून घाल..." असं म्हणून तो बाहेर पडला.

दररोजचे चुकार गल्ली-बोळ पार करून तो गावाबाहेर पडला. नेहमीप्रमाणे पांदीतून न जाता उलगडलेल्या उघड्या रानातून जाऊ लागला. काही वेळातच ओढा लागला. तो पार करून थोडं डाव्या बाजूस वळून तो त्या झोपडीजवळ गेला अन् त्याने हाक मारली.

"महालिंग्याऽ"

त्याच्या हाकेने म्हातारपणाकडे झुकलेला महालिंगा बाहेर आला.

"हाय का आज?"

"हाय तर..."

"चल, आण लवकर!"

"आणतो– थांब वाईच!"

"आणि हे बघ... आण, रं पोलिसांना 'सूच' द्यायला बघशील तर तंगडी गोडून हातात दीईन, सागजलं!"

हा अफाट असामी तसंही करण्यास कचरणार नाही, असा विचार मनात येऊन महालिंगा कोरडं हसला नि धोतराचा सुटलेला सोगा पाठीमागे खोचत म्हणाला,

"तसं कशाला करू बा मी! आपणच द्यायची नि आपणच सांगायचं, म्हंजे काय?"

"सगळीकडे असंच झालंय रे. देणारा माणूसच पोलिसांना सामील असतो. परवा त्या बळीरामाकडनं 'घेऊन' बाहेर पडलों होतो, एवढ्यात पोलिसानं येऊन मानगूट धरलं. गर्रकन फिरून त्येला असा लोळवला, घोळवला की हाडं मोजीतच त्यो कचेरीकडे गेला असला पाहिजे!"

हेही काही खोटं नसणार, असा विचार करीत महालिंगा बाहेर पडला. शेतात 'त्या' ठरावीक जागी जाऊन तेथे पुरलेली मोटारीची ट्यूब त्यानं बाहेर काढली आणि तो झोपडीकडे आला. मेस्त्रीला म्हणाला,

"किती देऊ मेस्त्री?"

"तीन कपच पुरे आज!"

"का? आज लै कमी की हो!"

"जास्ती लोड घेतला की, गावातनं चालायला त्रास होतो. हेलपाटत चाललं तर नस्ता संशय! तेव्हा तीन कप घेतलं की अंगाबरोबर असतंय!"

महालिंगा कप भरभरून ते गावठी अमृत देऊ लागला. ते रसायन घशाखाली उतरल्यावर मेस्त्रीने खिशातील पाचाची नोट काढली नि ती महालिंगाला देत म्हटलं–

"हं हे घे– मागची बाकी नि आताचं मिळून."

"आनि आठ आणे तुमच्याकडं फिरत्यात मेस्त्री..."

"ते सूट धरायचं... सगळी बाकी दिल्यावर तो व्यवहार कसा!" असं म्हणून मेस्त्री बाहेर पडला.

रानामाळांतून पण दुसऱ्या रस्त्यानं तो गावात आला. तीन-चार छोट्या गल्ल्या पार करून तो एका झोपडीच्या दाराशी आला नि त्याने हाक मारली,

"शारीऽ, ये शारेऽऽ..."

"ओऽ... आलो, आलो..." आतून कमावलेला लाडिक आवाज आला.

एक क्षणभर वाट बघून मेस्त्रीने दारावर एक धक्का मारला. तसं ते कुडाच्या 'भिंती'च्या आधाराने उभं असलेलं दार थरथरलं. कुडाची भिंतही हादरली...

"दार उघड की!" वजनदार शब्द आले.

"उघडू पतोर दम हाय का न्हाई?" असं म्हणत आतील बाईने दार उघडलं. दाराच्या दोन्ही फळ्या धरून ती तिथेच उभी राहिली. अन् क्षणात तो परिचित असा तीव्र वास तिच्या नाकातोंडात शिरला. तशी ती म्हणाली,

"आज बी पिऊन आलाईस वाटतं?"

"होय पिलोय, पण माझ्या पैशानं. तुझ्या बाच्या नव्हं!" असं म्हणत मेस्त्रीनं तिला दूर लोटलं, नि दारातून तो आत गेला. तशी ती कोवळं वय सरलेली नि प्रौढपणाकडे झुकलेली, थोडीशी स्थूल, गोबऱ्या गालांची, निमगोऱ्या रंगाची नि डोळ्यांत रगेलपणाची असाधारण चमक असलेली बाई दोन-तीन पावलं मागं धडपडली. या धांदलीत पदराने जागा सोडली, अन् तिचे भलेमोठे वक्ष:स्थळ उघडे पडले. तशाच स्थितीत राहत तिनं तिथूनच म्हटलं,

"आज झालंय काय तुला?" आणि तिने सावकाश वक्ष:स्थळांवर पदर घेतला. डोईवरही.

“आज खून करणार होतो, शारी!”

“कुणाचा?”

“होता एक ड्रॉयव्हर त्येच्या...” एक शिवी.

“का बा? त्येनं तुजं घोडंबिडं मारलंय का काय?”

“घोडं नाही. कुत्र्याचं पिल्लू मारलंय...”

मेस्त्रीचे हे शब्द ऐकून तिला खूप हसू लोटलं. आपल्या शरीराला आकर्षक हेलकावे देत ती हसू लागली, अन् हसता हसता म्हणाली,

“आज लै चढल्याली दिसतीया तुला! किती कप ‘मारलास’ आज?”

मेस्त्रीनं तिच्या शब्दांकडे लक्ष दिलं नाही. डाव्या बाजूला आडदाणी लटकत होती, त्याच्या खाली एक खाटलं होतं. त्याच्यावर तो आडवा झाला. आपल्या खिशातून बिडी काढून शांतपणे त्याने शिलगावली आणि हवेत धुराचे लोट काढू लागला.

तशी ती मर्यादेनं गरती स्त्रीसारखी त्या खाटल्याच्या कडेवर बसली नि त्याच्या सुख्या केसांतून आपली निब्बर बोटे फिरवीत म्हणाली,

“जेवत न्हाईस? जेवण तर कवाच झालंय!”

“सद्यानं संध्याकाळी मटन आणून दिलतं नव्हं?”

“व्हय. त्येचंच कोरड्यास केलंय. तू येणार म्हणून आजून मीबी जेवली न्हाई बघ.” त्याचं डोकं लाडिकपणे घुसळत ती म्हणाली.

“ए श्यारेऽ उगीच लाडीगोडी करू नकोस! तुझा माझ्यावर किती जीव हाय, ते माहीत हाय मला!”

“आत्ता ग बयाऽ! म्हंजे हे सगळं खोटं वाटतंया तुला?”

“नाही. खरं हाय सगळं! खोटं हाय ते कोणे एकेकाळी काम न मिळणारा, पैशाला म्हाग झालेला, अन्नाला मुकलेला वसंत मेस्त्री होता ते! त्यावेळीं शारी नावाची कुणी एक गुलछडी होती नि रोज बुट्टीभर शिव्यांबरोबर भाकरी तुकडा टाकीत होती. कुत्र्यापुढं टाकावा तसा आणि त्योही अन्नाला म्हाग झालेला. तेव्हा त्यानं लाज तेव्हाच सोडली होती. त्येला अन्न पाहिजे हुतं... भूक भागविण्यापुरतं; पण त्याच्याजवळ पैकं नव्हतं. पैसा असला तर जग आपलं नि त्यो नसला तर जगणंही आपलं राहत नाही! पण तरीही तो जगत होता... आणि एके दिवशी त्याच्या त्या गुलछडीने शिव्यांचा पाऊस पाडून त्याच्यासाठीं आपलं दार बंद केलं. आणि... आतील तिच्या बोलण्यात कोण्या पुरुषाच्या हास्याचा

आवाज मिसळलेला ऐकत, मेलेल्या मनानं, गोठलेल्या देहानं तो मेस्त्री बंद दाराजवळ उभा होता... नि हे सगळं खोटं आहे, समजलीस!''

असं म्हणून मेस्त्रीनं तिला जवळ ओढली. हातातील बिडी टाकून तिचा चेहरा आपल्या हाती धरला. एखाद्या स्त्रीचा गळा दाबावा, तसा तो दाबला. तशा तिच्या गोंदलेल्या चेहऱ्यावर वेदनेच्या लाटा उठल्या. आणि ते पाहून मेस्त्रीच्या मनात खोल कुठं तरी खूप आनंद झाला. अन् त्या भरातच तो म्हणाला,

''तुझा माझ्यावर फार जीव हाय नि माझाही तुझ्यावर! नाही तर बायको-पोरांकडे न जाता वरचेवर तुझ्या इथंच का आलो असतो?'' आणि त्याने तसाच तिचा चेहरा आपल्याजवळ ओढला.

धडपडत तिनं आपली सुटका करून घेतली. तिथेच उभी राहून काही क्षण ती त्याच्याकडे पाहत राहिली. हा असं का वागतो? असं कधी झालं नव्हतं, असं कधी होणार नव्हतं; पण आजच असं का? काय झालंय याला? अनेक प्रश्न तिच्या मनात उठत होते. विरतही होते.

''बरं वाटंना व्हय तुला?'' तिथूनच ती म्हणाली. त्याच्याजवळ जाऊन अंगचटीला येऊन प्रेमाचं नाटक करण्याचं धैर्यही होईना तिला!

''बरं न वाटायला काय धाड झालीया मला! चल, वाढ लवकर. जेवून घेतो.''

काही वेळाने मेस्त्रीचं जेवण संपलं. ढेकर देत तो उठला. त्याचवेळी त्याला आपल्या बायको-मुलांची आठवण झाली. बायको अजून जेवली नसेल. दररोजच्याप्रमाणे आपण काहीतरी खाऊ आणू, या आशेनं आपली दोन पोरंही वाट पाहत बसली असतील नि कदाचित तशीच झोपलीही असतील... याची तीव्र जाणीव होताच तो झटक्याने बाहेर पडला. आपल्या घराकडे जाऊ लागला. घरी तो जाणार होता आणि आपल्या बायकोला अतीव प्रेमाने म्हणणार होता...

मेस्त्री गेला एवढ्यात गावातून उंडग्यागत टिवल्याबावल्या करीत हिंडणारा, पाप्याचं पितर असलेला तिचा नवरा आत आला. हडकुळा, पिंढऱ्यांच्या शिरा दिसणारा, खप्पड गालाचा, वाढलेल्या दाढीचा, कित्येक वर्षांपूर्वी घेतलेली नि आता डोकीचा आकार आलेली कळकट काळी टोपी घातलेला, विजार व हाफशर्ट घातलेला, मघाच तो आला

होता; पण मेस्त्री आत असलेला पाहून आतापर्यंत तो बाहेरच उभा होता. मेस्त्री बाहेर पडताच तो आत आला. हातपाय धुऊन झाल्यावर स्वयंपाकघरात जाऊन पाटावर आलकट पालकट घालून बसत त्यानं आपल्या बायकोला चिरक्या आवाजात म्हटलं,

"वाढ बघू. लै भुका लागल्यात!"

त्या ध्यानाला बघूनच शारीच्या कपाळावर सत्रा आठ्या पडल्या. या बुजगावण्याबरोबर परमेश्वरानं आपली जन्माची गाठ का मारली असावी? कुठल्या जन्मीच्या पापाबद्दल, हा विचार नेहमीप्रमाणं तिच्या मनातून सरपटत गेला; पण तोही वांझोटा होता.

भांड्यांची आदळआपट करीत त्या पतिव्रतेनं रिकामं ताट पुढं ओढलं नि त्यात आपल्या कोडग्या पतीला वाढत ती म्हणाली,

"व्हय. लागणारच तर! लै कामावर जाऊन दमूनच आलाईस न्हवं?"

◆

सूर्याखाली एक डोळा

काळोखाच्या कठड्यावरून उजेडाची फांदी विहिरीवर झुकेल, तेवढ्यात पहाटवाऱ्याची एक बनेल झुळूक फांदीवर येऊन बसेल; अन् वटवाघळासारखी उलटी लोंबकळू लागेल. फांदी थरथरून जाईल; अन् प्रकाशाची शुभ्रधवल फुले टपटप विहिरीच्या अंगावर पडतील. विहीर दचकेल. जागी होईल. लाटांचे हात कठड्याबाहेर पसरीत एक झक्कपैकी जांभई तिच्या तोंडून बाहेर पडेल. नि सोबत गरम नि उबदार वाफही. मग तिचे डोळे प्रयत्नाने उघडतील हळूहळू आणि तिला दिसेल निळेनिळे आकाश... त्यात स्वैर विहार करणारे ढगांचे पांढरे पतंग. त्यांना चोच मारण्यासाठी पाठी लागलेला कावळ्यांचा एक थवा, चिवचिवाट करीत भुरूभुरू उडून जाणाऱ्या चिमण्या साळुंक्या. तिची नजर खाली घसरेल, नि शेजारीच उभी असलेली आंब्यांची नि आवळ्यांची झाडं तिच्या नजरेत येतील. उठल्या उठल्या अंथरुणातच लहान मुलांचा दंगा चालावा नि त्यातच भांडणाचा जोर वाढून जुंपाजुंपी व्हावी, तशी आवळ्याची नि आंब्याची जुंपली होती. फांद्यांच्या हातांनी ती एकमेकांना बुक्क्यांनी तिंबून काढीत होती. पानांच्या तोंडांनी आपला राग व्यक्त करीत होती. हे पाहून विहिरीला मोठी गंमत वाटेल. ती फेनील हसेल अन् तेवढ्यात तिच्या कानावर शब्द पडतील,

"वासुदेऽव हरीऽ, पांडुरंग ऽ हरीऽऽ!"

ती समजेल, मास्तर येत आहेत. मास्तरांची ती गिड्डी, जाडेली, नाकेली नि गौरवर्ण मूर्ती तिच्या चटकन नजरेसमोर येईल. पांडुरंगाच्या नावाने मोठ्याने आरोळी ठोकीत येणारी ती पवित्र आकृती तिचं मन व्यापून टाकील आणि आजपर्यंत कानांवर आलेलं पुष्कळ काही तिला आठवू लागेल... मास्तर– एक एकाकी माणूस... बायको बेचाळीसच्या चळवळीत तुरुंगात जाऊन तेथेच आजारपणामुळे मेलेली. पाठोपाठ

काही दिवसांनी एकुलता एक मुलगाही देवाने हिरावून नेलेला... आणि तेव्हापासून सुरू झालेलं हे एकाकी आयुष्य. सरळ रेषेत जाणारे, विठ्ठलावर अपार श्रद्धा ठेवणारे, आषाढी-कार्तिकीला न चुकता पंढरपूरच्या दोन वाऱ्या करणारे...

सारा जन्म तंबाखूच्या दुकानात कारकुनी करण्यात गेला, तरी 'मास्तर' असं नाव त्यांना का पडलं? त्यांचं खरं नाव काय? म्हातारपण आलं, तंबाखूच्या दुकानातली नोकरी गेली... अन् उरलं फक्त गावातील काँग्रेस भुवनमधील वास्तव्य. ती ठरावीक खोली... तो एकदम चढत जाणारा अरुंद जिना... ते हिंदी शिकविणारे उमराणीकर मास्तर... हे नेहमीचंच... पण बदल झाला... बेकारी संपली. सरकारी स्वस्त धान्याच्या दुकानात नोकरी मिळाली. काही महिन्यांनी तिथूनही निवृत्त व्हावं लागलं... अन् उरलं फक्त काँग्रेस भुवन... नेहमीची न चुकता पूजा करावी लागणारी कुमठेकरांच्या दुकानातील विठ्ठलाची ती काळी करंद नि देखणी मूर्ती... अन् संध्याकाळच्या वेळी म्युनिसिपल हायस्कूल, निमजग्यामाळ ओलांडून पठाणाच्या बंगल्याजवळील लकडी पुलापर्यंत पूना-बेंगलोर रोडवरून फिरावयास जाणं... पण हेही संपलं. चार लोकांनी विनंती केली, नि मंगळवार पेठेतील मारुतीच्या देवळातील पुजारी म्हणून पिछाडीच्या त्या कळकट खोलीत राहणं भाग पडलं...

...सारं आयुष्य काँग्रेसवर एवढी अपार श्रद्धा, अगदी विठ्ठलासारखी ठेवूनही तुम्ही राजकारणापासून इतके दूर कसे राहिलात मास्तर? खुद्द काँग्रेस भुवनातील त्या एकाकी खोलीत एकलकोंडं आयुष्य गेलं तुमचं... भुवनात नित्य चाललेल्या उलाढाली तुम्हाला दिसल्या नाहीत का? एखाद्या निवडणुकीचं तिकीट मिळवून तुम्हाला आमदार, खासदार, कदाचित एखादा मंत्री बनता आलं असतं... किंवा म्युनिसिपल बरोमध्ये कौन्सिलर देखील बनता आलं असतं. तुमच्या मागून किती लोक काँग्रेसमध्ये शिरले. त्यांनी खटपटी केल्या, वर वर चढले... खोऱ्याने पैसा मिळविला... दर साल नवनवीन मोटारगाड्या उडविल्या! पण गंगा-भागीरथीच्या पाण्याप्रमाणे निर्मळ असलेल्या तुमच्या मनाला हे कसे भागावे? नाहीतर तुम्ही कारकुनाचे तंबाखू मालक झाला असता, एखादी मोठी फर्म काढली असती. गावात तुमच्या तीन-चार वखारी, वेअर हौसास-झाल्या असत्या... मोसमास शे-दोनशे बायामाणसे तिथे

राबली असती, परीटघडीचे चार-पाच कारकून लेखणीची टोके झिजवीत नि बिड्या फुंकीत दुकानात बसले असते. तंबाखूच्या धुळीने मळलेले नि तपकिरी रंगाचे झालेले कपडे घालून तीन-चार हमाल तुमच्या दुकानात वावरले असते. अन् तुम्ही रुबाबात 'रॉयल' ओढत तिजोरीजवळ गादीवर तक्क्याला टेकून एखाद्या दलालाने आणलेली तंबाखूची 'सॅम्पल्स' पाहत बसला असतात. विहिरीच्या मनात अनेक वलये उठतील आणि तेवढ्यात मास्तर विहिरीवर आले असतील. कपडे काढून बांधीव पायऱ्यांवरून ढोपरभर पाण्यात उतरले असतील अन् 'वासुदेव हरी, पांडुरंग हरी हरीऽ विठ्ठलऽऽ' असं म्हणत प्रथम अंगावर पाणी शिंपडून घेऊन मग पाण्यात पडतील. फेऱ्या मारीत पोहू लागतील...

"नमस्कार मास्तर!" नुकताच आलेला ब्राह्मण म्हातारा म्हणेल... त्याच्याबरोबर १४-१५ वर्षांच्या दिसण्यास नीटस, गोरेल्या अशा दोन मुलीही आलेल्या असतील. एकीजवळ पोहण्यास शिकविण्यासाठी खास तयार केलेला हवाबंद डबा असेल, अन् दुसरीजवळ टॉवेलादी पोहण्याचं सामान असेल...

"नमस्कार पंत, नमस्कार..."

पाण्यातूनच नमस्कार केल्याप्रमाणे करीत मास्तर म्हणतील... परत फेऱ्या मारू लागतील.

इकडे म्हातारा एका मुलीच्या कमरेला डबा बांधील नि विहिरीत उतरून तिला पोहण्यास शिकवू लागेल. दुसऱ्या मुलीला नुकतंच थोडं थोडं पोहता येऊ लागलेलं आहे. पोहण्याच्या इराद्याने ती पायरीवरून पाण्याजवळ जाईल. पाण्यात बुडलेल्या पायरीवर उतरेल; पण थंडगार पाणी पायांना लागताच एकदम वरच्या पायरीवर येईल! आणि पोहण्याचा बेत थोडा वेळ पुढे ढकलून ती तिथूनच दुसरीला सूचना देऊ लागेल.

"अगंऽ, हात मार ना! हा पाहा असा जोराने." आणि हवेत पोहल्याप्रमाणे दोन्ही हात हलवीत सांगू लागेल, "तोंड मीट बरं, घाबरायचं नाही हं... अगंऽ, पायही मार ना...? हात नि पाय एकाचवेळी मारायचे."

या सूचना चालू आहेत, तोच गावातील शाळकरी पोरांचं टोळकं कालवा करीत विहिरीवर आलेलं असेल. त्यांना पाहून त्या मुलीप्रमाणे विहिरीच्याही कपाळावर आठी पडेल. तिला वाटेल, पूर्वी एवढ्या पहाटे

एकही कारटं येत नव्हतं; पण या मुली अंघोळीला येऊ लागल्यापासून मात्र पोरांचे थवेच्या थवे येऊ लागले आहेत! विहिरीच्या मनात त्या पोरांबद्दल एक प्रकारची अढी निर्माण होईल...

पोरं जशी कालवा करीत आलेली असतील तशीच कालवा करीत कपडे काढतील, कालवा करीतच विहिरीत दणादण उड्या मारतील नि कालवा करीतच पाण्यात पाठशिवणीचा खेळ खेळू लागतील.

एक धीट पोरगं तर पोहत असलेल्या त्या ठेंगण्या, नाकेल्या मुलीसमोरच गड्या मारील, अन् त्यामुळे उसळलेल्या पाण्यात ती मुलगी पार गुदमरून जाईल. जवळच पोहण्यास शिकत असलेल्या त्या शेलाट्या अंगलटीच्या दुसऱ्या मुलीच्या तोंडात थोडंसं पाणी जाईल आणि ती खूप घाबरून जाईल. कडेला पायरीवर येऊन बसेल. दम लागल्यामुळे ती तांबडीलाल झालेली असेल. गालावर सफरचंदं पिकली असतील. अन् भिजलेलं झंपर चिकटलेली कोवळी छाती जोरजोराने वर-खाली होत असेल... आणि एका चावट पोराचा जीव डोळ्यांत येऊन बसेल. तेथून तो उडेल नि त्या छातीवर जाऊन बसेल...

एवढ्यात उगवतीवर लाल फुगा हळूच डोकावू लागेल आणि त्यातून असंख्य कोवळी पोरं भरभर खाली उतरतील. पायऱ्यांवर उड्या मारीत पाण्यात उतरतील... कोणी पाण्यात खेळतील... कोणी इंद्रधनुष्याची रांगोळी रेखाटतील, तर कोणी म्हाताऱ्यागत फक्त कडेला बसून ही मौज पाहत राहतील.

हा वेळपर्यंत त्या म्हाताऱ्याची, त्या मुलींचीही अंघोळ झालेली असेल आणि त्या जाऊ लागतील. हळूहळू त्यांच्या आकृती लहान लहान होत जातील...

त्या गेलेल्या पाहून मुलांच्या मनात उगीच एक पोकळी निर्माण होईल... आणि त्या पोकळीतून एक टिटवी 'टिव टिव' करीत इकडे-तिकडे भरारत राहील. आता पोहण्यात, दणादण उड्या ठोकण्यात काहीच उत्साह उरलेला नसेल... मग ती सारी पाण्याबाहेर येतील... कपडे बदलतील... निघून जातील...

आणि या गोंधळात मास्तर केव्हा निघून गेले, हे विहिरीलादेखील माहीत नसेल...

मग हळूच सूर्य सावली कोरील. तासातासाने एक एक पाऊल पुढे

टाकील... आणि एक एक चेहरा विहिरीवर येईल... अंघोळ करील. जाईल. त्यांत तंबाखूच्या दुकानातील कुणी कारकून असतील. कुणी हमाल असतील... कुणी तंबाखूदलाल असतील... कुणी बिडीकामगार असतील आणि काही दुकानदारही...

यांपैकी येथेच काहींची ओळख झालेली, वाढलेली असेल... तिच्या आधाराने एकमेकांच्या अडीनडी भागविलेल्या असतील. बदललेल्या परिस्थितीशी टक्कर दिलेली असेल... आणि देण्या-घेण्यासाठी, तोंड चुकविण्याकरिता अंघोळीच्या वेळाही बदललेल्या असतील...

आयुष्याच्या घाण्याला जुंपलेले आणि मानेवर वेळेचे जू असलेले हे बैल आले तसे गडबडीने आपल्या गोठ्याकडे जातील... मग दुकानाकडे... आणि तिथेच दावणीला जुंपले जातील... का? कशासाठी? तर आठवड्याला कुणाला मिळणाऱ्या सात रुपड्यांसाठी, कुणाला दहा, तर कुणाला १५ मिळणाऱ्या टिकल्यांसाठी. विसाचा आकडा– डोक्यावरून पाणी! बस्स! यासाठीच तर दावणीला जुंपून घ्यायचं... आणि असंच आयुष्य जायचं. टिंबासारखं. केवळ अस्तित्व. नाही लांबी नाही रुंदी... हे टिंबाचं जिणं. आणि शेवटी काय तेरा दिवस सुतक... तेराव्याचं जेवण अन् मग पुसट झालेलं, होत असलेलं नि शेवटी पुसलं गेलेलं टिंब... एवढंच!

आता साडेदहा-अकराचा सुमार झालेला असेल... गावातील, हॉटेलातील पोरंटोरं, मोटार वर्कशॉपमधील कामगार, ट्रकवरील ड्रायव्हर, क्लीनर येण्याची ही वेळ...

तेलकट... मळकट... कळकट असे कपडे... असेच लोक... आणि संभाषण–

"काय मेस्त्री, आज जायचं का न्हाई?"

"कुठं?"

"कुठं काय? अर्जुननगरला... महाराष्ट्र हद्दीत– प्यायला. प्यायचं तिथं, नि यायचं मैसुर हद्दीत. मधी फक्त योक वढा! हिकडं पोलीस आसलं, की तिकडं झुकांडी द्यायची, नि तिकडं आसलं की हिकडं..."

"ते म्हाईत हाय मला! अर्जुननगरकडं महाराष्ट्र राज्यात पोलिसांचा कायबी त्रास न्हाई. पिऊन तिकडंच तलावापलीकडं झोपल्यालं... निर्मळ... पण सालं हिकडं आलं, की नस्ता त्रास! वाटतनं येतानं कोठीवाल्याच्या

आथण्याच्या हिरीजवळ कानडी शाळेजवळ, साकरवाडीजवळच्या मांदीत टपून बसलेली असत्यात! आलं की झडपच घालत्यात नि काय! पिऊन लास झाल्यानं नेटबी नसतोय पळायला.''

''तू काय घाबरतोस बे? मी हाय... जाऊया आज. कोंचा दीडदमडीचा येतोय बघू!''

याच वेळी विहिरीच्या दुसऱ्या कडेला–

''काय रं उस्मान– कॉलनीत काल नवीन माल आलाय म्हणं?''

''पर बे, भाव काय छिनाल?''

''मी काय काल गेलोय लेका?''

''तरीबी कानांवर कुनकुन?''

''नगद दसकडी घेतो म्हणं!''

असं बोलणं ऐकणं विहिरीला काही नवीन नसेल! प्रथम प्रथम हे लोक यायचे नि असंच काहीबाही बोलायचे... आणि उघड्या अंगावर मेलेला उंदीर टाकाव किंवा झुरळांनी भरलेली पेटी डोईवर उपडी करावी नि अंगभर झुरळे हुळहुळत राहावीत– असं होऊन जायचं! पण नंतर तिने तो मेलेला उंदीर शेपटीला धरून दूरवर भिरकावून दिला. अंगावरील कपडे काढून झुरळं हुसकावून लावली... आणि मन कोरडं केलं... तेव्हापासून हे असंच होत आहे... त्या लोकांबद्दल राग येत नाही, चीड नाहीं, किळसही नाही... तर वाटते केवळ कणव... हे असं का होतं? का का म्हणून?

विहीर आपल्याच विचारात गुरफटून नि आपलीच होऊन बसलेली असेल. आणि त्याचवेळी ती दोघं येतील... दुपारची दीड-दोनची वेळ. आजूबाजूस नीरव शांतता व निर्मनुष्यता आणि हीच वेळ त्यांनी साधलेली असेल... या वेळी नेहमीप्रमाणे विहिरीवर कोणीच नसेल आणि ती येतील... विहीर विचारातून जागी होईल आणि तिच्याही नकळत त्या दोघांचाच विचार करू लागेल...

मे महिना नुकताच सुरू झालेला. परीक्षा काही दिवसांपूर्वीच संपलेल्या आणि असा मुक्त झालेला तो कानात वारं शिरलेल्या वासरागत धावत विहिरीवर येईल. टळटळती दुपार नि विहिरीचं गारेगार पाणी... त्याच्या मनातून उत्साहाची कारंजी उडू लागतील... गडबडीने तो विहिरीत सहज डोकावेल– आणि एक स्वप्नाचा तुकडा समोर आल्यासारखा

होईल...

...गल्लीच्या तोंडालाच घर असलेली बसाप्पा धनगराची चन्नव्वा, गोरी- गोरीपान, हिरवं गोंदण चेहऱ्यावर. पुऱ्या रात्रीला सामावून घेणारे भरदार लांबसडक केस, नि त्याचा भक्कम चापून बांधलेला बुचडा. १४-१५ची उमर. जशी एखादी जलपरीच. तिच्या कमरेला बांधलेली दोरी म्हाताऱ्या भामाप्पा मळेकऱ्याच्या हातात असेल आणि ती तोंडाने तिला सूचना देत असेल आणि ती हातपाय मारीत पोहण्यास शिकत असेल... जलपरी... जलपरीच. त्याच्या मनातील कारंजी आणखी उंचावतील... तो वरूनच पाण्यात सूर मारील. काही वेळाने वर येईल. पोहू लागेल... आणि असा काही वेळ जाईल नि हळूच त्याचं तिच्याकडे लक्ष जाईल. ती दमली असेल... हातपाय हलविणं जड जात असेल... आणि ते थांबविलं तर असेच तळाशी जाऊ ही भीतिदायक जाणीव मनात डोके वर काढीत असेल... साराच गोंधळ...

आऽआऽ... तोंड उघडेल... शब्दांचे बुडबुडे निघतील आणि थोडंसं पाणी तोंडात जाईल... अन् पाण्यात खाली... खाली गेल्यागत होऊन जाईल... तो चटकन पुढे होईल... तिच्या पोटाखाली आपल्या तळव्याचा आधार देईल (किती मऊशार स्पर्श वाटतो आहे! केळीचा गाभा तळहातावर आहे का? हो... होयच!)

त्या आधाराने तिला पायरीकडेला आणील... पायरीवर बसवील... (किती घाबरी झाली आहे ती! तिचा तो कोवळा ऊर किती जोरजोराने वर-खाली होत आहे! आणि गळ्यातली ती चांदीची साखळी कशी चिकटून बसली आहे!) तसा भामाप्पा म्हणेल, "येवढी घाबरी हुतीस चन्नी? मग खुळ्यान मगनऽ पवायला कसं शिकणार? आं?"

"ना इल्ल..." अस्फुट म्हणत चन्नी तशीच कमरेच्या दोरीसह बाहेर पडेल... पाण्यावरून धुम्का वर पळून जाईल!

तो क्षण त्याच्या मनावर गुलाबाचं एकच एक फूल ठेवून जाईल... तीन-चार दिवस ते तसंच ताजंतवानं राहील... आणि मग ती भेटेल... तशीच दुपारची दोन शेळ्या, चार करडं, एक पालव असा घोळ पुढं आणि हातात निगडीची छप्पी घेतलेली चन्नी. शेरडं हाकत घराकडे चाललेली... 'हाः हाःऽ... ये मुरदाडा... करीत छप्पीचा पाला ओरबडीत... दिमाखानं पावलं टाकीत... जलपरी... जलपरीच विहीरीतून वर आलेली?

होय... बोलावं का हिच्याशीं? तशी ओळख आहेच. तरीपण आगाऊपणा दाखविल्याप्रमाणं होईल का? काही म्हणेल का ती? कसं वागेल? बोलावं सहज म्हणून? सहज म्हणूनच का? हांऽ, चोरा!''

मनातल्या मनातच वाडाचार सुरू होईल. तरीही तो धीटपणं म्हणेल,

''चाल्लीस घराकडं?''

'व्हय.''

एकच शब्द. काही सुगावा लागतो का?

''रोज येतीस हिकडं– शेळ्या घेऊन?''

''हं...''

अरे च्यामारी! आणि हे आजच समजलं? – हा हन्त!

''केलीस आंघुळ...''

''केली– घरातच. सकाळी.''

''का? पोहायला...''

''भरमू आजानं त्याच दिसी तेवढं शिकीवला. रोज रोज शिकवायला त्येला तरी कुठं सवड असती?''

...हां. हां. गावात बैलगाडी नेऊन तंबाखूची वडीवणी करतोय नव्हं का तो? मार्केटपासून वखारीपर्यंत... रोज आठ-दहाला तरी मरण नाही... नगद. चोक रुपयं!

''मग मी शिकवू का पवायला?''

''तू... तू?''

''होय... का?''

''विहिरीवर लोक...''

''ह्या रणाच्या कारात चिटपाखरूही नसतंय्...''

यावर ती हातातील निगडीची छप्पी जमिनीवरील मातीत ओढत रेघोट्या काढीत राहील. काहीच बोलणार नाही. तरीपण तो तिला आजमावून पाहील–

''मग येतीस आता?''

''नको आज, अंगावरचं वल्लं झाल्यावर नेसायला काई आनल्यालं न्हाई, आता उद्या!''

अशी गट्टी जमेल... एक एक दुपार येईल. एक एक गुलाबी फूल

देऊन जाईल... फुलं साठतच जातील आणि त्यांचा एक गुच्छ तयार होईल.

आता ती विहिरीवर आलेली असतील आणि मग नेहमीसारखंच... आधारासाठी नितळ पोटाखाली हात... ते नाजूक ओझं सांभाळीत पोहणं. पोहायला शिकविणं... आणि नेहमीच्याच त्या मृदू, सुगंधी भावना... किती दिवस हे चालणार असं? विहीर विचार करील– किती दिवस? असेच दिवस येतील-जातील. होणार काहीच नाही. मनातील बोललं जाणारच नाही. मग तिचं लग्नही होईल. त्याच्याशी नव्हे, तर दुसऱ्याच कुणा अनामिकाशी. तसंच त्याच्याही आयुष्यावर कुणी अनामिका हक्क सांगील... दोघं दोन्हीकडे... आणि एक आठवण. सूर्याखाली तो एक डोळा, अन् अनेक क्षण... संसारातून मिळणाऱ्या फुरसतीच्या वेळी कुरवाळीत बसण्यासारखे... चविष्टपणे चघळीत राहण्यासारखे आणि क्वचित जवळच्यांना सांगण्यासारखे– उघड्या गुपिताप्रमाणे...

...फुलांच्या पाकळ्यांवरून असेच काही सुगंधी क्षण जातील. त्या दोघांची अंघोळ होईल... उद्याच्या भेटीचे मनसुबे रचत ते दोघं निघून जातील...

वेळ असाच अवघडून राहील. मग हळूहळू तंबाखूच्या खळ्यातील बायकांचे थवे पाणी नेण्यासाठी येऊ लागतील– डोईवर व कमरेवर पाण्याच्या घागरी घेऊन. वचावचा बोलत, कचाकचा शिव्या देत.

नुकत्याच झालेल्या दुपारच्या दोनच्या सुट्टीत त्या जेवून आलेल्या असतील. आणि आल्या आल्या लगेच खळ्यातील मुकादमिणीनें त्यांना पाणी आणावयास पिटाळलेलं असेल; कारण आज तंबाखूची 'चाकी' करावयाची असेल. त्यासाठी पाणी लागणार असेल. त्यामुळे पाणी आणण्यासाठी खास निवडून काढलेल्या या नेटक्या बायका संध्याकाळपर्यंत विहिरीच्या खेपा करीत राहतील.

नुकतंच जेवण झाल्यामुळे बायकांना सुरसुरी आलेली असेल. त्यामुळे विहिरीजवळ आल्यावर डाव्या बाजूच्या आवळ्याच्या झाडाखाली त्या पटापट बसतील. बसता बसता एखादी म्हणेल,

"काय ग बाईऽ, ईकासारखं उन्ह ह्ये!"

"जिवाची काह्यली काह्यली हून जातीया बघ रत्नी..."

"द्वाडाऽ, तुलाच काह्यली हुतीया, नि आमाला...?"

तेवढ्यात एकीचं लक्ष हिरव्या जर्द कैऱ्यांनी ओथंबलेल्या आंब्याच्या झाडाकडे जाईल. तशी ती म्हणेल,

"आंब्याचं घोस तरी काय लागल्यात बघा झाडास्नी! तोंडाला पाणी सुटतंय नुस्तं!"

आणि खरोखरच सगळ्यांच्या तोंडाला पाणी सुटेल...

"चल गं सोने, आंबं काढूया!" झाडावर चढण्यात पटाईत असलेली पारू म्हणेल.

"उन्हाचं जरा गप्प बसा निवांतवानी! सदा खाव खाव तरी किती करायचं मान्सानं, आ?" त्या सगळ्याजणीत वयानं पुष्कळशी प्रौढ असलेली सुन्द्रामावशी म्हणेल; पण तिलादेखील आत खोलवर कुठंतरी वाटत असेल– कैऱ्या काढाव्यात कुणीतरी– अन् आपुन कराकरा खाव्यात. अगदी दात आंबटढोण होईपर्यंत. तरीपण म्हणायचं ते वरवरचं. आंबे ठेवण्यासाठी म्हणून.

पण, सोना व पारू या लटक्या विरोधाला न जुमानता हळूच झाडाजवळ जातील. पारू आपल्या लुगड्याचा कासुटा आणखीन थोडा वर कसेल. चापून झटपट आणि मग सराईतागत चटपट झाडावर चढेल नि खाली पदर पसरून उभ्या असलेल्या सोनीच्या ओटीत पटापट कैऱ्या तोडून टाकील.

"मीठ आनायला पायजे हुतं बघ ह्यासंगं!"

"कोकणातली हाईस तू– हिकडं यावख्ती आनायची हुतीस!"

यावर सगळ्याजणी उगीच मोठ्याने हसतील. यात ती मीठवालीही सामील असेल.

"चला गं– जाऊया आता. न्हाईतर मुकादमीण तेल घील हातावर!" सुन्द्रामावशी म्हणेल.

"मावश्येऽ, तुला जवा तवा काळजीच बघ. घीना का त्येल– रोजचंच हाय त्ये!"

"व्हय गं पारी, आज रातपाळी हाय काय?"

"काय की बाईना!"

"आसली तर मग येणार न्हवं?"

"येणार तर, न येऊन कसं भागंल?"

या पारीच्या प्रश्नात किती अर्थ भरला आहे– हे विहिरीलाच ठाऊक

आहे. सकाळचे आठ वाजल्यापासून रात्रीच्या साडे आठपर्यंत सव्वा रुपयासाठी व रातपाळी किंवा पहाटपाळीपर्यंत दहा आण्यांसाठीं राबणाऱ्या या नि अशा असंख्य बायकांकडून विहिरीच्या मनात फार फार कळवळा आहे. निपाणी भागातील बायकांचं कसलं जिणं हे? हाडाची काडं करून तंबाखूच्या खळ्याखळ्यांतून राबराब राबण्यासाठीच त्यांचा जन्म, अन् असं राबतच येणारं म्हातारपण नि मृत्यू! बायकांची जात नाजूक असते नाही? पण या दगडांतून जन्मलेल्या, यंत्रासारख्या अहोरात्र राबणाऱ्या, संसाराचं रथचक्र पुष्कळ वेळा एकट्याच ओढणाऱ्या, तरीही त्याबद्दल काही तक्रार नाही, त्रागा नाही... हे करणं भागच आहे. असंच करावं लागतं... यातून सुटका नाही.

"पर्वा शांतीला मारलं म्हणं नवऱ्यानं?"

उडत उडत कानावर आलेली बातमी; पण सगळ्यांचे कान मात्र टवकारले!

"का मारलं गं?" प्रश्नातही उत्सुकता असेल.

"कसलं का नि कसलं काय? भाईरनं वणावणा करून तारद्याहून यायचं आन मग राग काढायला घरात हक्काची बायकु असतीया... मग कसलं तरी कस्पाट काढायचं- तू त्या दिवाणजीकडं का बघतीस, त्या सुब्रावअण्णाबरोबर का बोलतीस, त्या हमालाबरोबर का हसतीस... नुस्तं सौशय. मग भांडण. मग लाथा!"

"बिचारी तंबाखूच्या खळ्यात राबराबून पोटाला घालती आनि ह्यो जुगार खेळत आकड्यांवर पैसं लावत गावभर बिड्या फुकत उंडग्यागत फिरतोय."

मग कुणाचा दादला कसा, हा विषय निघेल. काही वेळ अशीच वचावचा तोंडं वाजतील... कैऱ्या खाऊन खाऊन दाताला आंब चढलेली असेल. झिणझिण्या येऊ लागलेल्या असतील...

"उटा ग दोडानुं, लोकाचं काम. उगा बोल नको!" सुन्द्रामावशी म्हणेल... यावेळी मात्र तिचं बोलणं सर्वांना पटेल. साऱ्या चाट्‌चाट् उठतील. विहिरीत घागरी बुडवून घेतील, नि वाटेला लागतील.

आता विहीर रिकामीच असेल. सूर्याखालील हा एक डोळा तसाच उघडा असेल... या इथे सूर्याखाली जे जे झालेलं आहे, होणार आहे किंवा होणार असेल, ते ते बघत त्यांच्याशी समरस होत- आपलं

अस्तित्व विसरून त्यांच्यातीलच होऊन.

आणि कातरवेळेपर्यंत हा सूर्याखालील एक डोळा उघडाच असेल... कातरवेळ होईल. सूर्य पश्चिम कड्यावरून अस्ताचलाच्या खोल खोल विहिरीत सूर मारेल... नि इकडं एक डोळा हळूच मिटू लागेल... झोपेमध्ये बुडून जाईल...

मात्र अजून कातरवेळ व्हायची असेल आणि म्हणून सूर्याखाली एक डोळा उघडाच असेल... अगदी सताड उघडा असेल...

◆

वाट

हिरवा माळ...कोवळेपणा. अन् त्यावर रेखलेली गावच्या वाटेची लाल रेषा– वक्र, धावती...

आषाढ. आकाश ढगाळलेलं. नुकतीच एक सर येऊन गेली आहे... हिरवा माळ भिजला आहे. तांबडी वाटही शीतल झाली आहे... अन् डाव्या काखेतील छत्री सावरीत तो विचारतो आहे,

"या वर्षी तुझं लगीन हुईल आसं वाटलं हुतं..."

ती हसते कसनुसं. बोलत मात्र काहीच नाही.

"त्या परवाच्या स्थळाचं काय झालं?" स्तब्धतेला फट पडते.

"नुस्तं बघून गेलं..."

पुन्हा स्तब्धता– नकोशी वाटणारी. अस्वस्थ करणारी... हिला तडा पडायला हवा... तडा पडायला हवा...

"त्या शेळक्याच्या जनीचं काय झालं?"

"व्हायचं काय? जल्माचं वाटुलं..."

"जायच्या आधी ती तुला भेटली म्हणं?"

"व्हय्.... भेटली. रडरड रडली... किती समजूत घातली तरी बेत बदलला न्हाई तिनं. आनि त्यो भाड्याबी तसलाच भेटला तिला... त्येनं माणसातनं उठीवली तिला..."

प्रथम दुःख... मग चीड... मग द्वेष. असं व्हायला नको होतं... का माणसं अशी वागतात? प्रथम आशा दाखवायची नि मग फसवायचं? का?...

"तूं असं काय करणार न्हाईस न्हवं?" अनपेक्षित प्रश्न... त्याने तो फुलतो, सुखावतो, नि विचारतो,

"मी तसा माणूस हाय? तुला तसं वाटतंय काय?"

ती हसते– विश्वासूपणें, समाधानीपणे.

“किती भोळी हाईस तू?”

“काय झालं?” प्रश्नाचा रोख कळतच नाही.

“अगदी झटकन इस्वास ठेवतीस बोलण्यावर. खरं, माणसं लई पक्की असत्यात!”

“आसंनात का!” तिला त्यांच्याशी काय कर्तव्य. अन् म्हणून बेपर्वाई शब्द...

“ती फसीवत्यात...”

“मग?”

“मग, मी फसवणार न्हाई कशावरनं?”

“तू तसा न्हाईस!”

किती भोळी! किती विश्वास– गाढ, सखोल.

“ये...”

“अंऽ...”

“तुझं लगीन झाल्यावर मला इसरणार न्हाईस न्हवं?”

“चल ऽ, जा तिकडं. काय तरीच बोलतोस!”

“का?” लटक्या रागाला प्रश्नाचा डंख.

“मी दुसऱ्याबरोबर लगीनच करून घेणार न्हाई...”

“मग कुणाबरोबर?”

“चल ऽ, मोठ्ठा बेरकीच हाईस की!”

मिस्किल डोळे, निर्मळ हास्य... अन् भावनेचा तिला रंग– न डागाळलेला.

आकाश ढगाळले आहे... वाटत आहे, ते आता खाली उतरणार आहे नि या वाटेवरून दमदार पावलं टाकीत जाणार आहे– गावाकडे.

अन् खरोखरी ते चोरपावलांनी खाली उतरतं आणि चालूही लागतं!

तसा तो आपल्या डाव्या काखेतील जुनाट छत्री झटक्याने उघडतो... नि इथेच काहीतरी चुकतं, छत्री पूर्ववत मिटते आणि तिच्या डोक्यातून लोखंडी काड्यांची पाती बाहेर डोकावतात-पावसात स्नान करण्यासाठी.

...नि मग पावसासारखेच पांढरे स्वच्छ हास्य खळाळते; म्हणते,

“मोडली न्हवं छत्री?”

“व्हय...”

“माजं पोतं दिऊ?”

"मग तुला काय?"

"बरं, त्या समोरच्या झाडाखाली बसू या चल, पळ..."

अगदी त्याच्या मनातील इच्छा; पण ओठी तिच्या. खरंच, आपले विचारही किती मिळतेजुळते आहेत...

चिंचेचं झाड... मोठा बुंधा... त्याचा सोयीस्कर निवारा अन् धाप लागत येणारे शब्द.

"हितं पाऊस जरा कमी हाय, न्हाई?"

"व्हय." तोंड निपटीत असलेल्या पदराआडून उत्तर.

"पोतं तरी टाक खाली– बसू या."

मग पोत्याची सुरेख घडी– खाली अंथरलेली... साध्या गोष्टीतही किती टापटिपी आहे... ही संसार सुरेख करील हं! नक्कीच करील...

"तू भिजलास किती?"

"आनि तू?"

"माझ्या अंगावर पोतं तरी हुतं..."

"तरीबी भिजलीसच!"

"मी काय बाईमाणूस. तुला सर्दीबिर्दी झाली तर?"

"असल्या साध्या भिजण्यानं सर्दी व्हायला मी काय शेरगावात ऱ्हाणारा माणूस हाय?"

"तरीबी अंगातलं पिळून टाक..."

"तुझं एक आपलं कायतरीच!"

"कायतरीच काय? उद्या शीक-वीक पडलास तर म्हणशील– माजं कोण हाय गावात, ना भन, ना भाऊ, ना आई, ना बा. एकटा जीव, त्येला..."

"बरं बरं... पिळून टाकतो, घे..."

कापडातून शिल्प साकारत– रेखीव, कोरीव नि प्रमाणबद्ध... अन् दोन डोळ्यांतील लोभसपणा– हे सारं टिपणारा. मग तोच विचारतो,

"किती खराब झाली तुझी बावडी?"

"आँऽ" पुष्कळशा आश्चर्याने दचकलेला प्रश्न.

"लई खराब झालास तू!"

"तुझ्यामुळंच की!" मिस्किल उत्तर– गुदगुल्या करणारं.

"मी काय एवढी जादू केली? करणी केली?"

“करणी केली? एक खुळा तेवढा करायचं बाकी ठेवलंस...”

“आस्सं?”

“तर!”

“आनि?”

“आनि काय? रातीची सरळ झोप येत न्हाई, का दिवसाचं जेवण ग्वाड लागत न्हाई...”

“मग लिप्पाणीच्या कुठल्यातरी डाक्टरला तरी दावावं काय न्हाई?” सगळं समजूनही वेड पांघरून पेडगावला जाणारे शब्द.

“दावायला लिप्पाणीलाच कशाला जायला पायजे?”

“तर मग?”

“डाक्टरापक्षी नामी वैद्य हाईत की आमच्या गावात!”

“आस्सं!”

“व्हय. ते अगदी बरोबर नाडी तपासत्यात.”

“मग तेनलाच दाखवावं नाही...”

“दाखीवतो की. दररोज दाखीवतो. नाडी बघत्यात, सगळं समजून घेत्यात खरं, तोंडातनं एक शबाद काढतील तर शपथ!”

“मग वो!”

“मग काय? आपणच एक दिवस त्येची नाडी तपासायची, झालं!”

ओढूनताणून आणलेली गंभीरता फुटते नि त्याखालून हास्याचा प्रवाह वाहतो...

आता झाडाचं पान न् पान भिजलं आहे; अन् टिपकतं आहे. त्यानं झाडाखालची कोरडी जागाही भिजू लागली आहे...

“आता हितंबी पाणी पडाय लागलं की...”

“मग पोतं डोईवर धरू या.”

पोतं डोकीवर आडवं धरलं जातं, नि त्याखाली मावण्यासाठी भिजलेली शरीरं आणखीन जवळ येतात. ही जवळीक अशीच टिकेल का? कायम?

“ह्यो वाद्या थांबतोय काय न्हाई?”

अंधारून आलेलं आकाश... अविरत कोसळणारा पाऊस...

“त्या बापड्याला का शिव्या देतीस?”

“दिऊ नको तर काय करू? लाकडांची मोळी इकायला लिप्पाणीला

गेली, ती अजून परत आली न्हाई म्हणून घरात शिव्यांचा पाऊस पडंल की माज्यावर!''

''मग सांगायचं पाऊस आला, खुळांबा झाला...''

''तर, तर, म्हणं सांगायचं! ऐकायला बसल्यात न्हाई सांगितल्यालं?''

असाच बोलण्यात वेळ जातो आहे; पण तो अस्वस्थ होतो आहे. आपण बोलावं बोलावं असं फार दिवसांपासून मनाशी योजलेलं अजून बोललोच नाही. संधी मिळाली आहे, तरी अजून बोललोच नाही, याची जाणीव त्याला आता फार तीव्र झाली आहे. नाहीतर किती दिवस हे असं चालायचं- चोरून भेटणं, कोणी ऐकेल-बघेल ही भीती सतत ठेवून गुजगोष्टी करणं? अस्पष्ट ओझरता स्पर्श करणं, त्यानं पुलकित होणं, पण नंतर तळमळत राहणं. किती दिवस चालायचं? याला काही अंत आहे की नाही? पूर्णविराम आहे की नाही?

पण, विषयाला वाचा कशी फोडावी? फुलं कशी फुलवावी? काय बोलावं, कसं बोलावं, सुरुवात कशी करावी?

विखुरलेल्या शब्दांची जुळणी होते, घालमेल थांबते, अन् कापरे शब्द येतात,

''हे, हे आसं किती दिवस चालायचं गं?''

ती जाणते- त्याचे शब्द, त्याची भावना, त्याचे विचार, सर्व काही. म्हणते, ''एकदा माझ्या बाला तू इचारायचा तरी हुतास?''

''मग काय आजून तसाच ऱ्हायलोय आसं वाटतंय् तुला?''

'काय म्हणाला बा?'' अधीर प्रश्न.

''म्हणणार काय? माझ्यासारख्या भणंगाला तुझ्यासारखी नक्षत्रासारखी पोर कोण आपणहून दील व्हय? मला ना गावात हक्काचं घर, ना रानात शेत. लिप्पाणीला बारा महिनं तेरा काळ जाऊन काय तरी खटपट-धडपड करून पोट जाळणारा माणूस मी! कोण ढकलणार पोर ह्या असल्या खाईत?''

गवसलेलं हरपल्याप्रमाणं जाणीव झाली आहे. त्याच्या आवाजात निराशा आहे- अगदी काठोकाठ भरलेली, हिला आशेचा प्रकाशकिरण नसावा काय? की अशीच गडद निराशा, खिन्न करणारी, सुखाची स्वप्नं पायदळी तुडविणारी, संपणार नाही अशी वाटणारी?

''कुठंतरी पळून जाऊ या- दोघं मिळून?'' एकदम स्फोट करणारे

विलक्षण हादरा बसविणारे, धक्का देणारे शब्द. बधिर झालेलं मन सावरीत, अडखळत तो म्हणतो,

"का... का काय म्हणालीस?"

...अन् दोघंही स्तब्ध होतात. पुष्कळशी अंतर्मुख होतात...

आतापर्यंत अविरत कोसळणारा पाऊस कुणीतरी थांबविल्यागत एकदम थांबतो... झाडाच्या पानापानांवरून थेंबथेंब पाणी टिपकत राहतं... मग काही वेळानं तेही थांबतं.

आता उठलंच पाहिजे, होय उठलंच पाहिजे. पाऊस तर थांबला, मग असं किती वेळ बसायचं? 'निघूया' असं म्हणण्यासाठी ओठ हलतात; पण शब्द मात्र निराळेच बाहेर पडतात.

"ते जमंल आसं वाटत न्हाई..."

अन् निराशेचा एक सुस्कारा किंचित दीर्घ वाटणारा.

"का...?"

"पळून जाऊन कुणाचं चांगलं झालंय? आतापर्यंत पळून गेलेल्यांची काय गत झाली, ती तू बघतीसच न्हवं? ती इंगळ्याची शारी कुणा अलबत्या-गलबत्याचा हात धरून पळून गेली आनि दीड वर्सानं रडत भेकडत बाच्या घराला परत आली. ती शिंद्यांची सून नि त्येंचा गडी पळून गेली, नि पुढं अन्नाला म्हाग हून बसली... ही आसली तऱ्हा..."

पुन्हा एक सुस्कारा.

"ह्या जन्मी न्हाई तर पुढल्या जन्मी तरी आपलं लगीन हुईल काय न्हाई...?" तोंडात आशा आहे आणि डोळ्यांतून अश्रूंचा झरा वाहतो आहे... याला कोण थोपविणार? याला बांध कोण घालणार?

काही क्षण असेच मुके कढ येतात, अन् मग झटक्याने तो उठतोच, नि मग सारं बळ एकवटून, आवाज स्वाभाविक करण्याचा अयशस्वी प्रयत्न करीत म्हणतो,

"चल... पाऊस तर ठार थांबला. जाऊया आता..."

ती उठते नि त्याच्यामागनं जाऊ लागते– फरपटल्यासारखी, मागून कुणीतरी ढकलल्यासारखी...

हिरवा माळ– पण आता कोवळेपणा वाटत नाही– अन् त्यावर रेखलेली गावच्या वाटेची लाल रेषा-वक्र; पण आता ती धावतच नाही... कशी तरी फरपटल्यासारखी, मागून ढकलल्यासारखी जाते आहे.

◆

तुझी कथा माझे शब्द

तू कोणाचा तरी हात धरून पळून गेल्याचं आताच मला समजतं आहे. ही बातमी इतकी अनपेक्षित नि धक्का देणारी आहे की, तिच्यावर विश्वास ठेवण्यास मन कचरत आहे.

पण, दुर्दैवाने ही बातमी खरी आहे; अन् त्यामुळे मी अस्वस्थ झालो आहे... बेचैन झालो आहे... वाटतं आहे, इतक्या दिवसांच्या तुझ्या परिचयानंतर एकदाही तुला ओळखू शकलो नाही. तुझ्या स्वभावाचे अचूक धागे पकडता आले नाहीत, अन् त्यामुळे आता हातात आहे ती केवळ गुंतवळ– त्यातून कुठलाच निश्चित धागा हाती लागत नाही. एका वेळी वाटतं, तू फार साधीभोळी होतीस, तर दुसऱ्यांदा वाटतं की, चांगली अट्टल बनेल होतीस! खरंच, तू होतीस कशी? पुरुषांना खेळवणारी की पुरुषांकडून खेळवली जाणारी? शारीरिक सुखाला चटावलेली की, केवळ परिस्थितीमुळे तसं वागणारी...?

वास्तविक माझ्यासारख्या तंबाखूच्या दुकानातील एका कारकुनास या प्रश्नांची उत्तरं गवसायला हवीत; कारण वखारीत काम करणाऱ्या बायकांची हजेरी घेणं, त्यांच्या कामावर देखरेख ठेवणं, गुरुवारी बाजाराच्या दिवशी त्यांचा पगार देणं इ. या नाही त्या निमित्ताने आम्हा कारकून लोकांचा बायकांबरोबर संबंध येतो, परिचय वाढतो. त्यामुळे थोड्याशा संभाषणाने, थोड्याशा परिचयाने एखादी स्त्री कशी आहे, याचे काहीसे अचूक आडाखे आम्हाला बांधता येतात... मग तू विचारशील की, माझ्याच बाबतीत घोड्यानं कुठं पेंड खाल्ली? पण खरं सांगू? तुझ्यापुढे माझे सर्वच आडाखे चुकलेले आहेत. संकेत फोल ठरले आहेत... का ते मला सांगता येणार नाही; पण वस्तुस्थिती मात्र अशी आहे.

तसं जर असतं, तर त्याच दिवशी तुला मी थोडंबहुत तरी ओळखलं असतं की नाही? आठवतो तुला तो दिवस?

कदाचित आठवत नसेल; पण तुझी-माझी ओळख झालेला तो दिवस मी तरी विसरणार नाही–

चार वर्षांपूर्वीचा काळ. नुकताच गुढीपाडवा झाला होता. अद्याप ज्या वखारींत तंबाखूच्या कामांचे मुहूर्त झाले नव्हते, त्या वखारींत या शुभ मुहूर्तावर कामाला आरंभ झाला होता. मुंबई, मद्रास, नागपूर, कलकत्ता, हुबळी इ. दूरदूरच्या शहरचे दरवर्षी येणारे 'बिचायत' लोक हळूहळू येऊ लागल्याने तर कामांना आणखीन जोर चढत होता.

तंबाखूच्या मोसमात येणारे मुंबईचे शंकर शेठ आल्याने आमच्याही वखारीत कामाचा जोर वाढला होता. नऊशे बोदांची तंबाखूची मोठी चाकी ओतली होती. काम लवकर आवरणं आवश्यक होतं. त्यामुळे कामावर होत्या, त्यापेक्षा अधिक बायकांची जरुरी होती. उद्या कामावर येताना जादा बायका घेऊन येण्यास आदल्याच दिवशी मी मुकादमिणीला सांगितलं होतं.

नेहमीप्रमाणे त्या दिवशी रात्री आठच्या सुमारास बायकांची हजेरी घेण्यासाठी मी वखारीत गेलो. जुन्या बायकांची हजेरी झाल्यावर मुकादमिणीला म्हणालो,

"सोनाक्का, आज नवीन कामावर घेतलेल्या बायांची नावं सांग बघू आता. लिहून घेतो."

मग आपल्या नेहमीच्या हुकमी आवाजात सोनाक्का नवीन बायकांना म्हणाली,

"हं– सांगा गं आपापली नावं दिवाणजीला."

प्रत्येक बाई आपलं आपलं नाव सांगू लागली अन् मी ते हजेरीबुकात लिहून घेऊ लागलो.

मध्येच कुणीतरी आपलं नाव अस्पष्टपणे सांगितल्यामुळे मला ते स्पष्ट ऐकू आलं नाही.

"जरा मोठ्यानं सांगा की! काय दुपारच्या सुट्टीत जेवून आला नाही?" आवाजाच्या मालकिणीच्या दिशेने पाहत त्रासिक चेहरा करून मी म्हणालो... अन् तू दिसलीस. लुगड्यावर, केसांवर, भुवयांवर बसलेल्या तंबाखूच्या धुशीनंही न लपलेलं तुझं निरोगी सौंदर्य पाहून माझ्या चेहऱ्यावरचा त्रासिक भाव क्षणभरच टिकला...

"काशीबाई मोहिते." अशा कितीतरी कारकुनांचं बोलणं सहन केलं

आहे, असा भाव तुझ्या त्या संथ बोलण्यातून व्यक्त झाला.

हे एवढंच बोलणं. ही एवढीच ओळख. मग काही दिवसांनी या ओळखीचा अंकुर कसा काय फोफावला, हे तुझ्याप्रमाणे मलाही समजून आलं नाही.

तुझं बोलणं-चालणं, वागणं, असं काही होतं, की त्यामुळे तू इतर बायकांत उठून दिसे, वेगळी भासे, वेगळ्या व्यक्तिमत्त्वाची वाटे. आणि या वेगळ्या व्यक्तिमत्त्वाचा शोध घेण्याच्या वृत्तीने तुझ्याविषयीची पुष्कळशी माहिती इतरांकडून नि थोडीशी तुझ्या-माझ्या संभाषणावरून मी गोळा केली.

तुझं माहेर इथलं निपाणीचंच. तीन वर्षांपूर्वी इथून जवळच चार-पाच मैलांवर असलेल्या एका खेड्यातील भोसल्यांच्या घरी तुला दिली होती. लग्न झाल्यानंतरचे नव्या नवलाईचे नऊ दिवस संपल्यावर तुझ्या सासरी धुसफूस सुरू झाली. तुझं आणि तुझ्या सासरच्या माणसांचं पटेनासं झालं. तुझा नवराही आई-बाच्या मुठीतलाच निघाला. मग एके दिवशी सासरच्या माणसांबरोबर खडाजंगी भांडण काढून तू जी माहेरी आलीस, ती पुन्हा सासरला नांदायला जायचं नाही हा निश्चय करूनच.

एकदा तुझ्याबरोबर बोलताना हाच विषय निघाला, तेव्हा मी विचारलं,

"मग, तुला नेण्यास एकदाही सासरचं कोणी माणूस आलं नाही?"

"एकदा आला हुता तो नवरा म्हंत्याला भाड्या! संगट चार-पाच लोक घेऊन. खरं मीच सप्पथ सांगितलं– नांदाय ईत न्हाई म्हणून!"

"मग?" मी अभावितपणे प्रश्न केला.

"मग काय? नेली वडून मला! खरं दुसऱ्याच दिवशी पळून आलो मी. असं तीन-चार डाव झाल्यावर कंटाळून, त्येनी माझा नाद सोडून दिला. मग महिना-दोन महिन्यांनी नवऱ्यानं दुसरं लगीन करून घेतलं. तवापास्नं मीबी मोकळी झालो आनि त्योबी." आलो-गेलो असं पुरुषी थाटाने बोलणाऱ्या या भागातील बायकांप्रमाणे तू म्हणालीस, अशा आवाजात की– वाटावं, काशी कोणीतरी दुसरीच आहे, अन् तिच्याविषयी ही बोलते आहे. इतकी अलिप्तता होती तुझ्या बोलण्यात...

"आता इथं पोटापाण्याचं बरं चाललंय ना?"

"चाललंय ते बरंच चाललंय म्हणायचं, दिवाणजी. उन्हाळ्यात

तंबाखूच्या खळ्यात काम करायचं आनि पावसाळ्यात कुणाच्या तरी शेतात रोजगारावर जायाचं, नाहीतर कुणाची तरी भांडीकुंडी घासायची, आसं चाललंय कसं तरी.''

''बरं आहे काशी,'' बोलण्यात फार वेळ गेलेला आहे, याची जाणीव होऊन मी म्हणालो, ''येतो आता.''

''कधी नाही ते आलायासा, तसं च्या तरी पिऊन जावा.'' तू आग्रह केलास.

''नको, नको. गडबडीत आहे आता. उद्या तंबाखू बघायला खेड्यावर जायचं आहे. तेव्हा मोटार ठरवून येण्यास बाहेर पडलो होतो...''

''आता च्या प्यायला आसा कितीसा वेळ लागतोय?'' चहा पिण्यास वेळ लागतो, हे तुला मंजूर नव्हतं, त्यामुळे तू आपल्या नेहमीच्या लकबीप्रमाणं हनुवटीखाली हाताचा मुटका ठेवीत प्रश्न विचारलास.

''आधीच बोलण्यात खूप वेळ गेला आहे, त्यात आणखी भर नको. नाहीतर तिकडे मालक ओरडायला लागेल...'' असं म्हणून मी बाहेर पडलो.

नंतर थोड्याच दिवसांत सगळीकडे कामाचा धुमधडाका चालू झाला. या वर्षी तंबाखूचा दर ऐंशी-पंच्याऐंशी पडला होता. तरीही वाढत्या मागणीमुळे भराभर आजूबाजूच्या खेड्यांवरचा तंबाखू खरेदी केला जात होता. तंबाखूच्या बोदांनी भरलेल्या गाड्यांची रीघच्या रीघ निपाणीच्या मार्केटला लागू लागली. मार्केटमध्ये तंबाखूचं वजन वगैरे झाल्यावर तो खळ्यात येऊन पडू लागला. कामाचा व्याप वाढला, अन् म्हणून बायका अपुऱ्या पडू लागल्या. तसे आजूबाजूच्या खेड्यांवर सांगावे धाडले गेले. मग भोवतालच्या पंचक्रोशीतून बायकांचे तांडेच्या तांडे सकाळी कामावर येऊ लागले, अन् रात्रपाळी किंवा पहाटपाळी झाल्यावर जथ्याजथ्याने घराच्या ओढीने गावाकडे जाऊ लागले.

या धावपळीच्या, गडबडीच्या काळात तुझी न् माझी भेट क्वचितच होई. आणि मुद्दाम भेटावं म्हटलं, तर सवड तरी कोणाला होती? तुला माहीतच आहे, या तंबाखूच्या मोसमाच्या काळात आम्हा कारकून लोकांनाच नव्हे, तर शहरांतील मजूर, मालक, हमाल, सेंट्रल एक्साइजमधील साहेब लोक, मोटार ड्रायव्हर्स, हॉटेल मालक इ. साऱ्या लोकांनाच क्षणाचीही फुरसत नसते. या दिवसांत एक वेगळंच

वातावरण निर्माण होतं. त्याने लोकांच्या अंगात उत्साह, जोम आणला जातो. सर्वांचं एकच ध्येय बनतं– भरपूर काम करायचं, नि खूप पैसा मिळवायचा...

एके दिवशी आकस्मात बातमी समजली की, तू एका हमालाबरोबर हल्ली राहू लागली आहेस– आपल्या आई-बापाचं घर सोडून. प्रथम मला ही बातमी खरी वाटली नाही; पण दुर्दैवाने ती खरी होती. त्या बातमीनं मला इतका धक्का बसला, मन इतकं बधिर झालं की, तुझ्याविषयी काहीच तर्क चालेना...

शेवटी तुझी भेटच घ्यावी, असं ठरविलं आणि 'सवड काढून एकदा भेटून जा' असं वखारीत तुला सांगितलं...

लगेच दुसऱ्या दिवशी दुपारी दोनची सुट्टी झाल्यावर तू भेटावयास आलीस.

"ये, बैस;" तुला पाहताच मी म्हणालो, "जेवून आलीस की अजून जेवायची आहेस?"

"जेवायची हाय अजून, हिकडनं गेल्यावर जेवीन..." समोर भिंतीला टेकून बसत तू म्हणालीस.

स्वयंपाकघरात काम करीत असलेल्या माझ्या पत्नीला मग हाक मारून पेलाभर ताक आणावयास सांगितलं, नि ते आग्रह करून तुला प्यायला लावलं.

तुझं ताक पिणं झालं. जे काही विचारावं, बोलावं असं ठरविलं होतं, त्याची सुरुवात कशी करावी, कोणते शब्द वापरावेत, तुला जराही न दुखवता विषयाला कशी वाचा फोडावी, हे क्षणभर न समजल्याने मी गप्प बसलो; पण असं गप्प बसून भागण्यासारखं नव्हतं. तुला नि मलाही वेळ फार कमी होता. दोघंही ठरावीक वेळेच्या सुटीच्या बंधनांनी जखडलो गेलो होतो. त्यामुळे कशीतरी शब्दांची जुळवाजुळव करीत म्हणालो,

"कशाला भेटण्यास बोलाविलंय, हे माहीत असेलच तुला?"

"व्हय, माहीत हाय." खाली मान घालीत अन् उजव्या हाताचं बोट जमिनीत नक्षीदारपणे बसविलेल्या कपबश्यांच्या तुकड्यांवरून फिरवीत तू म्हणालीस.

"मग... हे, हे बरं दिसतंय का तुला?" मी कळवळून विचारलं.

“कसलं बरं नि कसलं वाईट... काय सांगावं दिवाणजी तुम्हाला? दिवसभर राब राब राबायचं आनि आठवड्याचा पगार आई-बाच्या डोंबलावर घालायचा; एवढ्यानं थांबतंय म्हंतासा? कवा सुखाचं बोलणं बोलत्यात म्हंतासा? हे आसंच का वागतीस, ते तसंच का करतीस म्हणून सारख्या शिव्या...”

तू बोलतच होतीस. घरातील माणसं आपल्याशी कशी वागत, त्याला आपण कसे त्रासलो हे अगदी सविस्तर नि प्रसंगासह सांगत होतीस अन् हे सर्व ऐकतच आहे, असं मी दाखवीत होतो; पण तुला खरं सांगायचं तर त्यावेळीं माझ्या मनात विचार येत होते– कशाला आपण या नसत्या फंदात पडलो? तसा हिचा-माझा काय संबंध? फक्त ओळख, एक जुनी झालेली ओळख, स्नेह. हिच्या आयुष्याचं चांगलं व्हावं, ते चोळामोळा होऊ नये, नाही तिकडे भरकटू नये, ही इच्छा. अर्थात ही इच्छा तुझ्या सौंदर्यामुळे किंवा तथाकथित प्रेमामुळे उत्पन्न झाली, असा गैरसमज करून घेऊ नकोस. कोणा एका सुशील, समंजस नि दिसण्यासही वाईट नाही, अशा एका तरुण स्त्रीशी विवाहाच्या पवित्र बंधनाने मी बद्ध होतो. तिच्यावर जिवापाड प्रेम करीत होतो. लग्नापूर्वी तरुण स्त्रीबद्दल वाटणारं आकर्षण, ती बेचैनी नि ते गूढ हे सर्व मी अनुभवलं होतं, हे सर्व आता फार जुनं झालं होतं, मागे सरलं होतं. तसंच स्त्री-सहवासाचं सुख मला काही नवखं नव्हतं, ते मी आकंठ प्यालो होतो. पीतही होतो.

मग तू विचारशील की, अशी इच्छा तुमच्यात उत्पन्न कशी काय झाली? तुझ्या या अवघड प्रश्नाला माझ्याजवळ समाधानकारक उत्तर नाही; पण मीच तुला उलट विचारतो की, एखाद्या तरुण पुरुषाच्या मनात तरुण स्त्रीबद्दल अशी इच्छा, भावना असण्यामागे प्रेम आहे, वासना आहे, ‘काहीतरी’ आहे असंच का समजावं? दुसरं काही का समजू नये?

मध्येच बोलायचं तूं थांबलीस अन् विचारांच्या तंद्रीतून बाहेर येत मी तुझ्याकडं पाहिलं. सांगावं की न सांगावं, असा संकोची भाव तुझ्या चेहऱ्यावर दिसला.

“काय मनात असेल ते सांग... लाजू नकोस. निदान माझ्यापुढं तरी...” मी म्हणालो.

मग तुझ्या चेहऱ्यावर निश्चय दिसला. बोलण्याकरिता तुझं तोंड उघडलं; पण शब्द बाहेर न पडता ते पुन्हा मिटलं... बहुधा तू शब्दांची जुळवाजुळव करीत असावीस. नंतर काही वेळाने तू हलकेच म्हणालीस,

"आनि आसं राहून आई-बापाला किती दिवस घालायचं? म्हातारं होईस्तोवर? घरातील सगळी माणसं पैशापुरतीं, मग मला माझं म्हणणारं, मायेचं चार बोल बोलणारं, कुणीच का नसावं? लगीन केलं, हौसेनं संसार मांडला, त्येंचं ते तसं झालं... मग मी एकाबरोबर का राहू ने? त्यो माझ्यावर जिवापाड माया करतो, मग मी का करू ने? आनि ह्येच्यात काय वाईट असंल, पाप असंल तर देवाच्या दरबारात ह्या सगळ्याची काय हुईल ती शिक्षा भोगायला मी तयार हाय! ह्ये पापच मला परवडलं!"

"मग असं जर हाय, तर त्येच्याबरोबर, लगीन का करून घेत न्हाईस?" मध्येच केव्हातरी येऊन आमचं बोलणं ऐकत स्वयंपाकघराच्या चौकटीला टेकून बसलेली माझी पत्नी म्हणाली.

"मला काय लगीन नको हाय, वयनी? खरं, त्येची पयल्या लगनाची बायकु हाय- तिकडं कापशीकडच्या बाजूला. ती नांदाय तर ईतच नाही आनि काडीमोड दे म्हटलं तर लगनाचा सगळा खर्च मागती... मग एवढा सगळा खर्च कुठला द्यायचा?"

"बरं, ते राहूं दे. आता पुढं काय करायचं ठरविलं आहे तुम्ही?" मी विचारलं.

"त्यो म्हणतोय तिकडं अंकलीला- त्येच्या गावाला जाऊन शेतकी करूया... तुमास्नी कसं वाटतं?" आपल्या नेहमीच्या लकबीप्रमाणं हनुवटीखाली हाताचा मुटका ठेवून तू मला नि पर्यायानं माझ्या पत्नीलाही प्रश्न विचारलास.

अर्थात आमच्या वाटण्या न वाटण्यावर तुझं जाणं न जाणं नक्कीच अवलंबून नव्हतं. तरीपण मी म्हणालो,

"इथं उन्हाळ्यात तंबाखूच्या वखारीत गुदमरायचं आणि पावसाळ्यात काम शोधत हिंडायचं... त्यापेक्षा शेतीच बरी; पण तिथं त्याची शेती-वाडी आहे काय?"

"तसं काय न्हाई... त्याच्या वळखीचा एक लिंगाडी माणूस हाय. त्येचा धंदा असतोय चिक्कोडीला आनि शेती हाय अंकलीला. म्हणून

शेतीकडं लक्ष द्यायला त्येला सवड मिळत नाही. तवा त्यो फाळ्यान शेत द्यायला तयार हाय...''

असाच बोलण्यात वेळ निघून गेला. नंतर तू म्हणालीस,

''बरं, जाऊ आता? जेऊन-खाऊन कामावर जाईस्तोवर वेळ हुईल...''

''बरं, जा तर.''

मग तू निघून गेलीस.

आठ-दहा दिवस निघून गेले, अन् मग एके दिवशी तू व तो– त्याचं नाव दत्तू होतं, हे याच भेटीत मला समजलं– मला भेटावयास आला आणि त्याच दिवशी सकाळच्या दहाच्या गाडीनं चिकोडीला निघून गेला... तिथून पुढे मग तुम्ही अंकलीला जाणार होता म्हणे...

नंतर दोन-चार दिवसांत तुम्ही अंकलीला सुखरूप पोहोचल्याचं पत्र आलं. त्याला मी पण पत्रोत्तर पाठविलं. दिवसामागून दिवस गेले, तसं पत्र येणं नि पाठविणंही कमी कमी होत गेलं.

वाटलं, आता तू संसाराला लागलीस. त्यात पुरी रमलीस... तुझ्या आयुष्याला एक निश्चित दिशा प्राप्त झाली...

स्त्रियांच्या आयुष्यात आणखी काय घडायला पाहिजे होतं? मनासारखा जोडीदार मिळाला... आयुष्याला वेगळं वळण मिळालं... झालं संपलं; पण असं व्हायचं नव्हतं की काय कोणास ठाऊक! कारण, मग पुढचा सर्व इतिहास घडलाच नसता. त्याची येथेच समाप्ती झाली असती.

कुणाचीही खबर न घेता, न देता असेच आणखी काही दिवस गेले– पाखराच्या पंखावर बसून भर्रकन.

आणि मग एके दिवशी दत्तू आजारी आहे, अशा आशयाचं तुझ्याकडून पत्र आलं. कामाच्या व्यापामुळं तुझ्या गावी येऊन दत्तूची प्रकृती कशी काय आहे, हे पाहून जाण्यास मला सवड झाली नाही. त्यामुळे त्याची प्रकृती कशी काय आहे हे वरचेवर कळव, अशा आशयाचं पत्र पाठविण्याव्यतिरिक्त मला दुसरं काही करता आलं नाही.

त्यानंतर मात्र तुझ्याकडून बरेच दिवस बोटभर चिठ्ठीही आली नाही. मग मात्र मी विचार करू लागलो. विश्वास ठेव अगर ठेवू नको; पण खरं ते सांगतो– नंतर मी एका दिवसाची मोठ्या मिनतवारीने रजा काढली अन् अंकलीला आलो; पण तिथं कळलं की, गावात राहून दत्तूचा आजार न सुधारता उलट तो बळावत चालल्याने त्याला घेऊन तू

मिरजेला गेली आहेस.

तिकडे येण्याची इच्छा होती; पण पुरेशी रजा नव्हती, त्यामुळे निराश अंत:करणाने परत आलो.

आणखी काही दिवस निघून गेले...

आता पावसाळा सुरू झाला होता. अर्थात तंबाखूची कामंही बंद झालेली होती. त्यामुळे मला रिकामा वेळ मिळू लागला.

एके दिवशी दुपारच्या वेळी जेवण्यास घरी आलो. हात-पाय धुऊन जेवायला बसणार, इतक्यात दार वाजलं.

"कोण आहे?" मी आतूनच विचारलं.

"मी हाय– काशी."

"कोण? काशी?" असं म्हणत मी बाहेर आलो.

दार उघडून तू आत आली होतीस. तुला पाहताक्षणीच केवढ्यांदा मी दचकलो. किती बदल झाला होता तुझ्यात! पूर्वीचा तो भरीव व रसरशीत बांधा, पुरुषांना आकर्षित करून घेणारं ते तेज, ते सौंदर्य, ती बिजलीची चपलता सारं सारं नष्ट झालं होतं, अन् एक कृश, हडकुळी, डोळे खोल गेलेली व किंचित निस्तेज वाटणारी तुझी आकृती मी पाहत होतो. रस पिळलेल्या चिपाडाप्रमाणे झालेली तुझी मूर्ती मी पाहत होतो. का कोण जाणे, पण माझं मन भरून आलं. काय ही या जिवाची अवस्था! ही सुख शोधते आहे– त्याच्या पाठीमागे धाव धाव धावते आहे; पण ते तिच्यापासून दूर दूर पळतं आहे– तिला विवश करून, रक्तबंबाळ करून...

"केव्हा आलीस काशी?" भावनेत चिंब भिजलेल्या आवाजात मी विचारलं.

"आज सकाळी..." खाली बसत तू म्हणालीस.

या वेळपर्यंत माझी पत्नी बाहेर आली होती. तिने चौकसपणे तुला विचारलं.

"दत्तूही आलाय की नाही बरोबर? आता बरं वाटतंय न्हवं त्येला?"

हे शब्द ऐकून वर्मी बाण लागलेल्या पाखराप्रमाणे तुझी अवस्था झाली आणि तू स्फुंदून स्फुंदून रडू लागलीस.

...आणि आम्ही काय समजायचं ते समजलो! मग झटकन माझ्या पत्नीने तुला जवळ घेतलं अन् तुझ्या थकलेल्या, भागलेल्या, रोडावलेल्या

कायेवरून ती मायेने हात फिरवू लागली. ''गप्प... रडू नको, रडू नको...'' म्हणत आपणच डोळ्यांत पाणी भरू लागली...

अन् इकडे मी गोंधळून गेलो. तुला कदाचित ठाऊक नसेल; पण अशा प्रसंगी मी नेहमीच गोंधळून जातो, काय बोलावं, कसं बोलावं, कोणते शब्द वापरावेत हे काहीच समजत नाही मला.

पण, आता काहीतरी बोलणं, निदान, दोन-चार शब्द तरी आवश्यक होतं. म्हणालो,

''गप्प काशी... गप्प, रडू नको. आयुष्यात अशा काही जखमा व्हायच्याच; पण त्याही भरून येतात, हे लक्षात ठेव. झालं-गेलं विसरण्याचा प्रयत्न कर...''

''मी बी असा इचार करूनच सगळं इसरायची खटपट करतो हो. खरं ते इसरायचं हुत न्हाई हुत न्हाई...''

मनाला घातलेला बांध फुटला...

''दत्तूबरोबर राहू लागल्यापासून आई-बाप, बहीण-भाऊ तुला परके झाले असले, तरी तुझ्याबद्दल जिव्हाळा वाटणारी आम्ही अजून हयात आहोत हे विसरू नको...''

''ह्यो इचार करूनच गाईच्या वासरागत मी तुमच्याकडं धाव घेतली. ह्या पावसाच्या दिसांत सगळी कामं बंद झाल्यात, तवा दुसरं कसलं तरी भांडी-कुंडी घासायचं काम तुम्ही वळखीनं मिळवून देशाल म्हणून आलोतो– दिवाणजी.''

''एक-दोन दिवसांत खटपट करतो नि कळवितो तुला काय ते... बरं ते राहू दे, आता तू राहिलीयास कुठं?''

''कचेरीच्या माळावर एक दोस्तीन हाय, तिच्याजवळ तात्पुरती ऱ्हायलीय...''

''खर्चापुरता पैसाआडका हाय काय नाही जवळ?'' माझ्या पत्नीनं विचारलं.

''हायीत पाच-सहा रुपयं...''

''तेवढे पुरेत काय?'' मी विचारलं.

काही उत्तर नाही.

मग मी माझ्याजवळ असलेले आठ रुपये तुला देत म्हणालो,

''हे घे, काही मनात आणू नको. घे.''

"नको, नको. माझ्याजवळ हाईत तेवढं रग्गड हाईत." तू म्हणालीस.

"तेवढ्यानं काय कात-चुना होणार आहे? गप्प घे बघू." मी निग्रही आवाजात म्हणालो.

"घेतो, खरं मला काम लागल्यावर हे पैसे परत करायच्या बोलीवर."

"बरं बरं..." तुझ्या हातात पैसे ठेवीत म्हणालो.

थोडा वेळ असाच गेला. मग "बरं, येतो आता," असं म्हणून तू निघून गेलीस.

दिवसांमागून दिवस आले नि गेले. हळूहळू तुला झालेली जखम भरून निघाली. तू आपला गेलेला तोल सावरलास. तुझं आयुष्य एका ठरावीक चाकोरीतून फिरू लागलं. काही दिवसांपूर्वी परिस्थितीच्या चरक्यांनी कोमेजलेलं, वाळलेलं तुझं तारुण्याचं फूल पुन्हा टवटवी धरू लागलं. त्याला पुन्हा पूर्वीचा तजेलदारपणा आला. त्याच्या पाकळ्या नि पाकळ्या विकसित होऊ लागल्या अन् आपल्या सुगंधाने त्याने आजूबाजूच्या लोकांना भारून टाकलं.

पावसाळा संपला. उन्हाळ्यास सुरुवात झाली, तशा गावातील वखारी खोलल्या गेल्या. पावसाळाभर आत साचलेला धुरळा नि खळ्यांत उगवून आलेलं गवत काढलं गेलं, अन् ती सारवून स्वच्छ केली गेली.

आणि मग शुभ मुहूर्त पाहून ठिकठिकाणी तंबाखूची कामं सुरू झाली.

आमच्या वखारीत काम सुरू झाल्यावर तू तिथे कामाला येऊ लागलीस. नंतर काही दिवसांनी 'चाकी' संपून काम बंद झाल्यावर दुसरीकडे जाऊ लागलीस, तिथलं संपल्यावर तिसरीकडे अन् या अवधीत जर आमच्या खळ्यात पुन्हा चाकी ओतली, तर पुन्हा आमच्या वखारीत कामाला येऊ लागलीस.

अशा धामधुमीत उन्हाळा संपून वळवाच्या पावसाला सुरुवात झाली, तशी पटापट एक एक तंबाखूची कामं बंद होऊ लागली. लांबलांबच्या शहरांतून आलेले बिचायत लोक आपला चार-पाच महिन्यांचा मुक्काम हलवून आणि तंबाखूच्या व्यापाऱ्यांना मुबलक फायदा देऊन; कारकून, हमाल, मुकादमिणी इ. लोकांचे हात ओले करून आपल्या आपल्या गावी निघून गेले.

रात्रीचे आठ-साडे आठ झाले आहेत. मी जेवण्यासाठी घरी आलो आहे. कपडे काढून, हात-पाय-तोंड धुऊन टॉवेलने तोंड पुशीत आहे. इतक्यात पत्नी बाहेर येते नि म्हणते,

"तुम्हाला एक बातमी समजली काय हो?"

"कसली बातमी?" जराही उत्सुकता न दाखविता मी थंड आवाजात विचारतो.

पण, माझ्या या थंडपणाचा माझ्या मुरब्बी बायकोच्या उत्साहावर जराही परिणाम होत नाही.

"अहो, ती काशी. एकाचा हात धरून काल पुन्हा पळून गेली! मला ही बातमी खरी वाटली नाही, म्हणून चौकशी करून आल्ये, तर खरंच की पळून गेलीय. मोठी उड्डाल बाई बघा!..."

माझी पत्नी बोलतच आहे; पण मी... मी या बातमीनं अस्वस्थ झालो आहे, बेचैन झालो आहे... वाटतं आहे, इतक्या दिवसांच्या परिचयानंतरही तुला ओळखू शकलो नाही. तुझ्या स्वभावाचे अचूक धागे पकडता आले नाहीत... अन् त्यामुळे आता हातात आहे ती केवळ गुंतवळ– त्यातून कुठलाच निश्चित धागा हाती लागत नाही. एकावेळी वाटतं, तू फार साधीभोळी होतीस, तर दुसऱ्यांदा वाटतं, चांगली अट्टल बनेल होतीस! खरंच तू होतीस कशी? पुरुषांना खेळविणारी की पुरुषांकडून खेळविली जाणारी? शारीरिक सुखाला चटावलेली की केवळ परिस्थितीमुळे तसं वागणारी?

◆

कर्णफुले

मी कामानिमित्त जिल्ह्याच्या त्या मोठ्या गावी जाणार आहे हे समजताच विजू भेटावयास येते. म्हणते,

"उद्या तू गावी जाणार आहेस म्हणे?"

"होय... का?"

"तसं काही नाही, पण जाऊ द्या."

"काय काम होतं की काय माझ्याकडे?"

"अंऽ नाही नाही..."

"नाही नाही काय? तुझं नक्कीच काम असलं पाहिजे!"

तिचं काही तरी काम होतं अन् त्यासाठीच तर ती मला भेटावयास आली होती; पण सांगत मात्र होती की, नाही म्हणून! आपलं काही तरी काम आहे हे सुचविण्याच्या तिच्या या आगळ्या पद्धतीनं मी पुष्कळसा चकित होतो आणि थोडासा खुशही.

"तसं काही फार मोठंसं नाही..."

"तर मग तुझ्या गालावरील तिळाएवढं छोटंसं आहे, होय?"

"चलऽ नाही त्यावेळी तुला बरी चेष्टा सुचतेय!"

"मग हवी ती वेळ कोणती बुवा?"

ती काहीच बोलत नाही; मात्र आपले गोबरे गाल फुगवून रुसल्याप्रमाणे उभी राहते. वेळोवेळी माझ्यावर रुसणे, रागावणे, चिडणे याची तिला खोडच पडली आहे, नि हे सर्व माझ्या अंगवळणी पडलं आहे! अशा वेळी मी काहीच करीत नाही. तिच्या चेहऱ्याकडे नुसता पाहत राहातो! जात्याच सुंदर असलेला तिचा चेहरा अशा वेळी आणखीन सुंदर दिसतो.

काही क्षण असेच अवघडतात. नंतर मीच म्हणतो,

"बरं; बरं. सांग काय काम आहे ते..."

"गावातून मला की नाही त्या उमासारखं ब्लाऊझचं कापड आणा..."

"ही कुठली उमा?" उमा कोण हे मला पक्कं माहीत असतं; पण मी आपणाला काहीच माहीत नसल्याचं वेड पांघरतो. उमा माहीत असल्याचं सांगून संभाषण एवढ्या लवकर संपविण्यास मी तयार नसतो. असं संभाषण लांबविता येईल तितकं लांबविलं पाहिजे!

"कुलकर्ण्यांची उमा?"

"कोण कुलकर्णी?" हेही आपलं उगीचच!

"ते रविवार पेठेतील..."

"रविवार पेठेत तीन-चार कुलकर्णी आहेत. त्यातील कुठले समजावेत?"

"ते रे ते, पाण्याच्या हौदाजवळचे..."

"अरेच्या, ते होय!" आताच समजल्यासरखं दाखवीत मी म्हणतो.

"हं हं तेच! त्यांची कॉलेजमध्ये शिकत असलेली उमा सुट्टी पडल्याने गावी आली आहे..."

"आली असेल..." मी म्हणतो– मला त्या गोष्टीचं काय?" असं म्हणावं अशा आवाजात!

"परवा तिच्या अंगात आडव्या लायनिंगचा ब्लाऊझ होता..."

"परवा म्हणजे केव्हा?" मी मध्येच विचारतो.

"परवा म्हणजे काल!"

"म्हणजे काल म्हणजे परवा!"

माझ्या या शब्दांनी आतापर्यंत हा आपली चेष्टाच करीत आहे, आपणाला बनवीत आहे आणि आपण बनविले जातो आहोत हे तिला समजतं अन् ती पुन्हा चिडते. रागाने गोरीमोरी होते. उसळते.

"तुला सारं सारं माहीत आहे! मघापासून उगीचच चौकशी लावली आहेस. मोठा दुष्ट आहेस तू!"

"तुझ्यापेक्षाही?" मी विचारतो. तशी ती धुसमुसत तोंड फिरवून पाठमोरी उभी राहते.

"बरं, आणतो; पण..."

"पण काय?" माझ्याकडे वळत ती मध्येच विचारते.

"त्याचं असं आहे बघ..."

"काही मला सांगू नको. तू आणणार की नाही ते सांग म्हणजे प्रश्नच मिटला!"

"हे पाहा, माझं ऐकून तर घे! समज, तुला कापड आणलं, नि

त्याचा तू ब्लाऊझ करून घेतलास, आणि मग घरी विचारलं की, हे कापड कोणी दिलं? हा ब्लाऊझ कोठला, तर काय सांगशील? काय उत्तर देशील?''

माझ्या बोलण्याने ती स्तब्ध होते. बरीचशी अंतर्मुख होते. आपल्या नेहमीच्या लकबीनुसार उजव्या गालावर बोटाचा आघात करीत विचार करू लागते. मग एकदम तिचे डोळे चमकतात. म्हणजे,

''असं केलं तर?''

''कसं?''

''कापडाचं राहू दे. मला सुंदरशी कर्णफुलेच आण.''

''कर्णफुलांपेक्षा डूल सुंदर दिसतील तुला.''

''डूल घालायला मी काय लहान पोर आहे?''

''मग काय मोठी आजीबाई आहेस? नुकतीच तर पातळ नेसू लागली आहेस!''

''मला नको बाई डूल!''

''अगं, तरुण मुलींनी डूलच घालावेत. मानेच्या प्रत्येक झटक्याबरोबर ते हलताना पाहून तरुण पोरांची हृदयेही गदगदा हलली पाहिजेत, समजलीस!''

''पुन्हा लागलास भरकटायला! अशानं मी निघून जाईन हं...''

''बरं, कशा प्रकारची फुलं आणू?''

मग ती आपल्या डोकीवरचा पदर किंचित बाजूस करून एक कान उघडा करते, नि त्यावरचं कर्णफूल दाखवीत म्हणते.

''अशा प्रकारची...''

तसा मी पुढे होतो नि तिच्या कानाची मऊ व लुसलुशीत पाळी बोटांत पकडतो! आणि या अनपेक्षित प्रकारानं पुष्कळच भांबावलेल्या त्या कोवळ्या काकडीला म्हणतो,

''ही काही तितकीशी चांगली दिसत नाहीत बुवा तुला!''

''मग तुला आवडतील तसली आण.'' माझ्या बोटांतून आपल्या कानाची पाळी सोडवून घेत अन् डोईवर पूर्ववत पदर घेत ती म्हणते आणि चेहऱ्यावरील रक्तिमा लपविण्याचा अयशस्वी प्रयत्न करीत झरकन निघून जाते.

दुसऱ्या दिवशी मी जिल्ह्याच्या त्या गावी जातो.

पुष्कळ कामं असतात. ती उरकता उरकता जीव मेटाकुटीस येतो; पण कामाच्या धावपळीत नि गडबडीतही तिच्या कर्णफुलांची आठवण मात्र बुजत नाही. मग एका दुकानात जाऊन कर्णफुलांची सुंदरशी जोडी मी खरेदी करतो, अन् उरलेली कामं आटोपून शेवटच्या गाडीने गावी परत येतो.

गाडी गावी पोहोचते, तेव्हा बक्कळ रात्र झालेली असते. मी घरी येतो. पोटभर जेवतो अन् झोपण्यासाठी अंथरुणावर पडतो.

पण, झोप मात्र येत नाही. मन हर्षानं फुलत असतं. कर्णफुलं पाहिल्यावर तिला किती आनंद वाटेल, किती हर्ष होईल, याचं चित्र रेखाटत असतं.

उद्या ती भेटावयास येईल, म्हणेल,

"आणलीस का कर्णफुलं?"

"तुला काय वाटतं?"

"आता मी काय सांगू?"

"तरी पण?"

"वाटतं की– तू नक्की आणली असशील. विसरणार नाहीस."

"विसरेन कसा?"

"पाहू, कसली आहेत?"

बॅगमधून काढलेल्या फुलावर ती झेप घेईल... तसा मी हात उंच करीत म्हणेन,

"अंहं... अशी नाही मिळणार! मी माझ्या हातानं तुझ्या कानात घालणार."

"इश्शऽ कुणी पाहिलं तर?"

"पाहिलं तर पाहिलं! पाहणारे म्हणतील– या वयात असंच चालायचं!"

"काहीतरीच तुझं! दे ना ऽ" लाडिक आवाजात ती म्हणेल.

पण, या आवाजाची भुरळ मनावर पडू न देता फुलं घेतलेला माझा हात आणखीन उंचावीत मी म्हणेन,

"ते काही नाही चालायचं! मी माझ्या हातानं..."

"बरं बरं. होऊं दे तुझ्या मनासारखं!" ती फुरंगटून म्हणेल... पण वास्तविक हेच तिला आवडलेलं असेल!

मग मी तिच्या कानाच्या मांसल, मृदू पाकळ्या नाजूकपणे हातात

घेईन, अन् दोन्ही फुले ओवून झाल्यावर गुलाब फुललेल्या तिच्या गालांवर दंतखुणा उठवीन! इतर माणसांपुढे मग त्या खुणा लपविता लपविता तिची पुरेवाट होईल!

अशा विचारांनी मन फुलत होतं... आनंदाच्या उकळ्या फुटत होत्या; पण एकदम कमलची आठवण होताच माझ्या साऱ्या वृत्ती बर्फासारख्या गोठल्या, थंड झाल्या. कमलला इतक्या लवकर आपण विसरलो कसे? ती प्रेमाने तुडुंब भरलेली संभाषणं, कुणी पाहील, बघेल, ऐकेल ही भीती सतत ठेवून घेतलेल्या त्या चोरट्या भेटीगाठी... त्या एकमेकांना प्रेमानं भेट म्हणून दिलेल्या वस्तू... काय हे सारं इतक्या लवकर विसरून जायचं नि पुन्हा दुसऱ्या तरुणीबरोबर नवी विटी नवा डाव मांडायचा? हृदयपटावर लिहिलेल्या त्या शपथा-आणाभाका, ती संभाषणं या साऱ्यांवर बोळा फिरवून नवं लिहिण्यासाठी पट कोरा करायचा? पहिल्या प्रेमाचं फूल फुलवायचं? पुन्हा पहिल्यासारखी प्रेमळ संभाषणं करायची, आणाभाका घ्यायच्या, भेटीगाठी घ्यायच्या? मग कमलविषयी वाटणारी ती हुरहुर, ती ओढ, ती आपुलकी, तो जिव्हाळा हा केवळ क्षणभंगुर होता काय? काही ठरावीक काळापुरताच मर्यादित होता काय? काय एखाद्या तरुणीच्या सहवासात फार काळ राहिलं, तर तिचं आकर्षणच संपुष्टात येतं? तिच्याविषयीची ओढ नाहीशी होते? मन दुसरीकडे झेप घेऊ लागतं? काय पहिलं प्रेमच शारीरिक आकर्षणावर अवलंबून असतं? ते आकर्षण संपत आलं की प्रेमालाही ओहोटी लागते? काय होतं? काय होतं?

मनात विचारांचे भोवरे निर्माण होत होते... गरगर फिरत होते... अस्वस्थ करून सोडीत होते...

विजूला मी कर्णफुले दिली, तर त्या कोवळ्या तरुणीच्या हृदयात जी भावना निर्माण होईल, जो अंकुर उगवेल, वाढेल, फोफावेल तो शेवटी आवरणं कठीण होऊन जाईल... त्यावेळी आम्ही प्रेमाच्या मार्गावरून इतक्या दूर चालत गेलो असू, की तेथून परतीचा प्रवास करणं फार फार अवघड होऊन जाईल...

अन् अशा वेळी दुखावलेली, ओली जखम हृदयी बाळगून हिंडणारी असहाय कमल जर माझ्या दृष्टीस पडली तर...

मनात विचारांचं काहूर माजलं... तुफान माजलं... भोवरे वेग धरू

लागले, पूर्वीपेक्षा अधिक... पूर्वीपेक्षा अधिक...नि मला भोवळ आली. विवश, विकल अवस्थेत, अर्धवट झोपेत अर्धवट जागृतावस्थेत मी अंथरुणावर तळमळत होतो... नि रात्रीची सीमारेषा संपून दिवसास केव्हा सुरुवात झाली, हेही मला समजून आलं नाही...

दिवस सुरू झाला आहे... माणसं नेहमीची कामे आटोपताहेत... तासातासांच्या, मिनिटामिनिटांच्या ठाशीव, कोरीव चौकटीत बद्ध असलेली कामं आटोपताहेत... आता साडेदहाचा सुमार झाला आहे. साडेदहाचाच. का? साडेअकराचा, साडेबाराचा, साडेतीनचा का नाही? दिवसाचे हे नीरस तुकडे कुणी पाडले? सबंध दिवस असा छिन्नविच्छिन्न कुणी केला? कुणी केला?

...काकणे वाजतात अन् विचारांतून जागृतावस्थेत येत थोडा चमकूनच मी वर पाहतो– माझ्या खोलीच्या दारावरून स्वयंपाकघराकडे विजू गेली आहे– हातात कसलं तरी ताट घेऊन. तिच्या घरी काही तरी गोडधोड केलेलं आमच्या घरी आयात होई अन् आमच्या घरी केल्यास तिच्या येथे निर्यात होई.

मला भेटावयाचं झाल्यास तिला हीच शक्कल उपयोगी पडते!

स्वयंपाकघरात ताट देऊन नि तिथेच माझ्या आईबरोबर थोडा वेळ इकडल्या तिकडल्या गप्पा मारून ती जाण्यासाठी निघते, अन् माझ्या खोलीवरून जाताना आत येऊन विचारते–

"केव्हा आलास गावाहून?"

"काल रात्री..." मी तुटकपणे म्हणतो.

"प्रवासात फार त्रास झाला वाटतं?" काल रात्री झोप न आल्याने माझे तांबडे-लाल झालेले डोळे आणि ओढलेला चेहरा पाहत ती विचारते.

"तसं काही नाही खरं..."

"बरं, 'ते' आणलंस?"

इतका वेळ मी ज्याला भीत होतो, तोच प्रश्न दत्त म्हणून पुढे उभा राहतो... या सर्वाला पायबंद घालण्याची किंवा 'आणलंय' म्हणून सर्वाला वेग देण्याची हीच वेळ होती...

'ते काय?" काय ते मला माहीत असतं; पण काय बोलावं– होय का नाही म्हणावं– याचा विचार करीत चाचपडत मी विचारतो.

तशी ती तोंडाच्या एका बाजूस उजव्या हाताचा पंजा धरीत अन् आवाज हळुवार, अस्पष्ट करीत विचारते,

"कर्णफुले."

"विजू. माफ कर... विसरलो... आणली नाहीत..."

कल्पना नसताना गालावर चपराक बसल्याप्रमाणें, बांधलेले आडाखे चुकल्याप्रमाणे तिची अवस्था होते नि तिच्या तोंडून अस्पष्ट, अडखळत कसे तरी शब्द बाहेर पडतात–

"का आणली नाहीस? का...? का...?"

◆

एका व्यथेची कहाणी

नेहमीसारखे आजही माझे पाय आपोआप रकमा आजीच्या घराकडे वळले. रक्ताच्या नात्याने नव्हे, तर शब्दांच्या प्रेमळ धाग्याने जोडलेल्या नात्याच्या जोरावर मी आजीकडे केव्हाही जायचा; कारण उन्हाळ्या निमित्त कॉलेजला दीर्घ मुदतीची सुट्टी पडली होती नि मला सुट्टीत दुसरा कसलाच उद्योग नव्हता. फक्त छंद होता लेखनाचा! कॉलेजमधून निघणाऱ्या हस्तलिखितातून गेल्या वर्षी माझ्या एक-दोन कथा प्रकाशित झाल्या होत्या, त्यामुळे माझ्या अंगी दांडगीच स्फूर्ती संचारली होती. बघेल त्या घटनेवर लिहावे, भेटेल त्या व्यक्तीवर लेखणी चालवावी, असं मला वाटायचं नि त्यासाठी मी निरनिराळ्या वयाच्या नि स्वभावाच्या माणसांत मिसळायचा, त्यांच्या स्वभावातील बारकावे, त्यांच्या लकबी नि त्यांची सुखदु:खं अगदी जवळून पाहायचा, टिपायचा अन् ती लेखणीद्वारे कागदावर उमटविण्याचा प्रयत्न करायचा! आणि आजीकडे जाण्याचा माझा हाच उद्देश असायचा. त्या पिकल्या पानावर काहीतरी लिहावं, बायकांचं मन तळापासून ढवळून काढणारं काहीतरी लिहावं, असं नेहमी वाटायचं मला. आजीच्या म्हाताऱ्या बांध्यातील तरुण मनात पुष्कळ काही असायचं. पुष्कळ बऱ्या-वाईट गोष्टींचा तिनं अनुभव घेतला होता. पुष्कळ व्यक्ती तिच्या आयुष्यात आल्या नि गेल्या होत्या, आपल्या स्वभावाचे बरे-वाईट कंगोरे तिच्या हृदयावर उठवून आयुष्यातील चढ-उतार न दमता, न त्रासता पार करून ती आता शेवटच्या टोकाला आली होती. आणि अशाच एखाद्या अवचित नि निसटत्या क्षणी हे सारं ऐकता ऐकता माझं लेखकाचं मन ढवळून निघायचं...

अन् म्हणूनच नेहमीसारखी आजही माझी पावलं आपोआप आजीच्या घराकडे वळली. त्या बकाल वस्तीतील ते गल्ली-बोळ ओलांडून मी

आजीच्या घराजवळ आलो नि तिच्या नावाचा पुकारा करीतच आत शिरलो.

आणि ती अनामिका दृष्टीस पडली. उमलू पाहणाऱ्या कळीसारखी. तारुण्याच्या सरहद्दीवर नुकताच एक पाय रोवलेली, रेखीव चेहऱ्याची नि त्यावर शांत सौंदर्याची एक आगळीच ज्योत तेवत असलेली, अशी एक अपरिचित, अस्पर्श, अप्रतिम पोरगी बाहेरच्या सोप्यात बिड्या बांधीत बसली होती. पुढ्यात मांडीवर सूप होतं. सुपात थोडासा तंबाखू नि बरीच कातरलेली पानं होती. सुपाच्या एका कोपऱ्यात गुलाबी दोऱ्याची रिंगी उभी खोवली होती आणि त्या अनामिकेच्या नाजूक हातांची लांबोडकी बोटं कातरलेली पाने वळीत होती, तंबाखू भरीत, हाती दोरा गुंडाळून चट्टे मारीत होती...

खाली मान घालून बिड्या बांधीत असलेली ती, माझ्या अनपेक्षित आगमनाने चमकली, भांबावली; तिनं माझ्याकडे पाहिलं. तिच्या डोळ्यांतील शांत कबुतरांनी पंख फडफडवून अस्वस्थ अशी हालचाल केली. दारातून येणाऱ्या प्रकाशामुळे तिच्या नाकातील चमकी चमकन् चमकली. हनुवटीवर नाजूकपणे गोंदविला गेलेला हिरवा तीळ उठावदार बनला. बिड्या बांधणाऱ्या बोटांची हालचाल क्षणभर थांबली आणि मग डोईवरचा पदर आणखीन थोडा पुढे ओढला गेला, मान खाली घातली गेली नि बिड्या बांधण्याची क्रिया पूर्वीसारखी चालू राहिली. जणू ती करण्यासाठीच तिच्या हातांनी जन्म घेतलेला होता!

एका क्षणात, एका क्षणात घडलेले हे बदल माझ्या जागरूक मनाने टिपले, अन् लेखकाच्या तत्परतेने मनाच्या एका कोपऱ्यात जपून ठेवले– धूर्तपणे!

"आजी, येऽ" माझा पुकारा चालूच होता नि तो करीत मी आतल्या खोलीवर चढाई करीत होतो.

"त्या नाहीत घरी. मघाच गेल्यात बाहेर तेल-मीठ आणायला म्हणून..." हातांची क्रिया न थांबविता खाली पाहातच ती म्हणाली.

"मग मी येतो तर..." घरी कोणीही नसताना त्या एकांतात त्या अनोळखी तरुणीजवळ आजीची वाट पाहत बसणं, हे माझ्या सुशिक्षित मनाला पटेना, रुचेना. वास्तविक अशा सहवासाची संधी न हुकविण्याचं माझं वय, पण मी तरुण होतो तसाच...

"वाट पाहत बसा वाटलं तर थोडा वेळ." ती म्हणाली. तिच्या

शब्दांत आपुलकीचा आग्रह नव्हता किंवा परकेपणाची तुटकताही नव्हती. मी थांबण्याचं सुख नव्हतं, की जाण्याचं दुःख नव्हतं.

"बसलोही असतो; पण तेवढा वेळही नाही." आणि म्हणालो, "जातो मी, माधव आला होता, म्हणून सांगा..." व बाहेर पडलो.

आणि मग अशाच उगवत्या सकाळी मी आजीच्या घराकडे मोर्चा वळविला. सोप्यातच ती तांदूळ निवडीत बसली होती. आत गेलो नि तिच्याजवळ पोतं टाकून त्यावर ऐसपैस बैठक मारीत म्हणालो,

"गेल्या खेपेला कुठं भेटली नाहीस गं? येऊन थडकून गेलो की!"

"कवा, आलातास कवा? या आठ-पंधरा दिन पत्या तरी हाय का तुझा?" – "जाताना निरोप ठेवून गेलो होतो की, वाटल्यास त्या मुलीला, विचार कुठली ती...?"

"हं, हं! ती व्हय, पवाराची हौसा!" –

"ही कोण पवार?"

"परवाच शेजारला ऱ्हायास आल्यात. बा हमाली करतोय, आई मेलीया आनि दोघं ल्हान भाऊ हाईत– ते शाळंला जात्यात..."

आजी सांगत होती, अन् मी असं दाखवीत ऐकत होतो, की जणू हौसा या मुलीबद्दल किंवा तिच्या घराण्याबद्दल माझ्या मनात चोरटी उत्सुकता नाहीच!

– आजी बोलतच होती –

"...नि ही पोर घर संभाळती, जेवण-पाणी करती, बिड्या बांधून आठवड्याला सताट-धा रुपयं मिळविती... भाऊ शाळंला गेल्यालं नि बा हमालीला. घरात ही पोर एकटीदुकटी ऱ्हायची, हे असं वाईट दिवस आल्यालं... तवा बिड्या बांधत हितं माझ्या सोबतीनं बसती झालं..."

आजी सांगत होती आणि माझ्या मनास पडलेला बिंदू आकार घेत होता... एक नायिका– बिड्या बांधून घरप्रपंच सांभाळणारी... सुशील, सुंदर... तिचं संथ, सरळ वाहणारं जीवन... अन् मग त्यात झालेलं एका तरुणाचं अनपेक्षित आगमन... त्यामुळे निर्माण झालेली खळबळ... माझी कल्पना विस्तारत होती. माझी ती नायिका आता माझ्या मनःचक्षूंपुढे उभी राहिली होती. धारदार नाक, तपकिरी डोळे, निमगोरा रंग, रेखीव देहयष्टी आणि यावर शांतपणाची एक आगळी झळाळी– मनावर आपला ठसा उठविणारी!

मी असा विचार करतो आहे, तोच माझी नायिकाच माझ्यासमोर उभी ठाकली. सूप, दोरा, तंबाखू नि एका किलतानात गुंडाळलेली बिड्यांची पानं घेऊन. मला आत बसलेला पाहून ती मागे फिरू लागली, तशी आजी म्हणू लागली,

"अगं, परत का फिरलीस? ये, आत ये! ह्यो कुणी परका न्हाई. माझ्या नातवागत हाय. ये आत. आपल्या माणसास्नी कसलं लाजायचं?"

ती ओठ विलग न करता मर्यादेनं हसली– पौर्णिमेचं निर्मळ चांदणं पाझरावं तशी. मग आत येऊन जवळच्याच भिंतीजवळ एक पोतं अंथरून त्यावर बैठक घालून बसली. पुढ्यात सूप घेऊन. मग किलतानातील पानं बाहेर निघाली. उजव्या हाती कात्री आली, अन् लांबट चौकोनी आकाराची पानं भरभर कापली जाऊ लागली.

ती अबोल होती. आजी मात्र बोलत होती. मी हुंकारत होतो; पण हौसाच्या स्तब्धतेमुळे वातावरणाला जडपणा आला होता. असाच काही वेळ गेला, नि मग मला आजीच्या बोलण्यात काहीच गम्य वाटेना. असं पूर्वी कधीच झालं नव्हतं; पण आता होत होतं, का ते मला कळेना. मात्र असं झालं होतं, हे खरं!

मी निरोप घेऊन उठलो, बाहेर पडलो. नंतर काही दिवसांतच माझी सुट्टी संपली, अन् कॉलेज सुरू झालं. नवं वाटणारं; पण नेहमीचं उत्साही वातावरण, ताजे, टवटवीत विद्यार्थी-विद्यार्थिनी, गप्पा, मौजमजा यात दिवस भरभर निघून गेले.

...आणि मग असाच एका सुट्टीच्या रविवारी घरी होतो, तेव्हा अचानक जाणीव झाली, की फार दिवस झाले– आपण आजीला भेटलो नाही. हा विचार येताच कपडे केले, अन् घराबाहेर पडलो.

बकाल वस्तीतील त्या ठरावीक बैठ्या घराजवळ आलो नि ठेंगण्या दारातून आत पाऊल टाकलं.

"या..." नादमय शब्द कानावर आले. मी पाहिलं, दाराच्या थोडं आडोशाला ती शांत सौंदर्याची मूर्ती बसली होती. पूर्वीसारखी बैठक, मांडीवर पान-तंबाखूचं भरलेलं सूप नि बिड्या वळणारे हात...

मी आत आल्यावर मांडीवरचं सूप तिने बाजूला ठेवलं आणि जवळच्या आडदाणीवरचे पोतं घेऊन ते अंथरीत म्हणाली, "बसा!"

"आजी कुठं नाहीत दिसत?" अंथरलेल्या पोत्यावर बसत मी

म्हणालो.

"गेल्यात बाहेर दळण दळून आणायला." ती बोलली. मी स्तब्ध राहिलो. तिच्याबरोबर आता मी बोलायचं तरी काय? हवापाण्यावर की...? पुन्हा तीच म्हणाली, "फार दिवस कुठे फिरकला नाही इकडे?"

म्हणजे ही माझ्या येण्याची अपेक्षा करीत होती काय? माझी वाट पाहत होती काय? या तिच्या शब्दांमधून कुठल्या भावनेची चाहूल येत होती? की हे केवळ औपचारिकतेचे शब्द होते? असा विचार करीतच मी म्हणालो,

"मोकळा वेळ फारसा मिळालाच नाही. नुकतंच कॉलेज सुरू झालंय, तेव्हा गडबडीत इकडे येण्याची याद झाली नाही."

"म्हणजे, तुम्ही कॉलेजमध्ये शिकता वाटतं?"

"होय!"

"कोणत्या वर्गात आहात या वर्षी?"

"सेकंड इअर बी.ए.ला आहे."

"आणि तरीही तुम्ही या बकाल वस्तीत येता?"

"माझ्या रकमा आजीसारकी माणसं जर इथं आहेत, तर का न यावं? आणि आजीला तरी कोण आहे दुसरं? एकला एक मुलगा होता तो साधं तापाचं निमित्त होऊन ऐन तारुण्यातच वारला. एक मुलगी आहे. तिला दिलीय खडकलाटमध्ये. ती अधूनमधून धान्यधुन्य पाठविते. ही इकडे कुणा भल्या घरची धुणीकुंडी घासते... आणि असेच दिवस जातात..."

तीन-चार वाक्यांत उभ्या केलेल्या आजीच्या या जीवनचित्राने ती काहीशी भारावून गेली. तिचं कोवळं मन दबून गेलं, भारून गेलं. ही दबलेली स्थिती कमी करण्याच्या उद्देशाने मी मनमोकळेपणाने हसत म्हणालो,

"यात तू एक तिच्या सोबतीला बरी भेटली आहेस, म्हणेनास!"

"ही कसली सोबत हो?" –

"ही सोबत नव्हे? तुझ्यासारख्या प्रेमळ मुलीच्या सहवासाला सोबत म्हणायचं नाही, तर म्हणायचं तरी काय?"

अभावितपणे माझ्या बोलण्यातून तिचा थोडासा गुणगौरव केला गेला. ती मोठी आकर्षक लाजली अन् म्हणाली, "कायतरीच तुमचं एक!"

"कायतरीच कसं? अशी सोबत मिळाल्यावर मलादेखील आनंद होईल!"

माझ्या या आक्रमक शब्दांनी ती चमकली. तिनं मान वर उचलून माझ्याकडे पाहिलं. नजरेत नजर गुंतली एक क्षण. तसा मी स्वच्छ मनाने हसलो. माझं धुतल्या तांदळाचं मन तिनं ओळखलं असावं. ती खाली मान घालून पूर्ववत काम करू लागली.

"बरं, येतो तर!" उठत मी म्हणालो.

"बसा की, आजी येईल एवढ्यात!" लाघवीपणे ती म्हणाली आणि मला एकदम तिच्या–माझ्या पहिल्या भेटीतील 'वाट पाहत बसा वाटलं तर!" या शब्दांची आठवण झाली. त्या आणि या आताच्या शब्दांत फार फार फरक होता. त्यावेळी केवळ औपचारिकपणा होता; पण आता आपुलकीचा आग्रह होता आणि "बसा की!" असा हुकूमही त्यात केला गेला होता. तिच्या या शब्दांनीच उठलेला मी खाली बसविला गेलो.

आणि माझ्या मनात तिच्याविषयी कुतूहलात्मक अनेक प्रश्न एकदम जागे झाले. ही अशी अशिक्षित. अडाणी कुटुंबात जन्मलेली; पण ब्राह्मणाच्या मुलीगत टापटीप कशी? असा नीटनेटकेपणा कसा? अशी स्वच्छता? अन् बोलण्यातील शुद्ध शब्दोच्चार...?

"का गप्पसे? कसला विचार करायला लागलात एवढा?" ती म्हणाली.

"विचार! तुझ्याबद्दलच करतोय!"

तिनं प्रश्नार्थक चेहरा करून माझ्याकडं पाहिलं. त्याचा अर्थ समजून मी म्हणालो,

"तुला एक प्रश्न विचारायचा आहे, विचारू?"

"विचारा की! त्यात काय विचारायचं नि परवानगी मागायची?" हातातील काम न थांबविता माझ्याकडे पाहत पाहत ती म्हणाली.

"तू असं शुद्ध बोलायला कुठं शिकलीस?"

माझा प्रश्न ऐकताच ती एकदम खुदकन हसली. मी काहीतरी फार मोठं नि महत्त्वाचं विचारणार आहे, असं तिला वाटलं असावं; पण माझा हा अगदीच साधा बाळबोध प्रश्न वाटला असावा तिला. मग ती हसं आटोपतं घेऊन म्हणाली, "पूर्वी आम्ही ब्राह्मणांच्या वस्तीत राहत होतो. माझं सारं बालपणच त्यांच्या मुलांत हसण्याबागडण्यात गेलंय. तसंच त्यांच्याबरोबर मराठी चौथीपर्यंतचं थोडंसं शिक्षणही झाल्यानं मी

आपोआप शुद्ध बोलू लागल्ये. झालं समाधान की आणखी काही प्रश्न?''

शेवटचे शब्द तिने अशा खेळकर आवाजात उच्चारले, की त्यामुळे नेहमी थोडा गंभीर असलेला मी पुष्कळसा उच्छृंखल नि अति उत्साही झालो नि त्याच आवाजात मी म्हणालो, ''आहे, आणखी एक आहे...''

''विचारू?'' तिने माझ्याच आवाजाची नक्कल करीत माझं वाक्य पुरे केलं आणि खुदुखुदु हसू लागली. पोरगी दिसते तशी साधीसुधी नाही, हे जादा ज्ञान माझ्या मेंदूने झेललं अन् मनापर्यंत पाठवून दिलं.

''विचारा की!'' खोडकरपणे तिनं पुन्हा डिवचलं.

''सारंच विसरून बसलो आता.''

''बरी बाई ही आठवायची नि विसरायची खोड आहे तुम्हाला!''

''तशा दुसऱ्याही अनेक खोडी आहेत माझ्या अंगी....''

''आता त्यातील एक एक करून मला सांगणार असाल?''

''अशा खोडी सांगून खोड करायला संधी देऊ होय तुला?''

''संधी न देताही ती घ्यावी कशी, याचं उपजत ज्ञान आहे मला!''

''अस्सं!''

''हंऽ'' ती मोठ्या आकर्षकपणे मान वेळावीत हुंकारली नि याचंच मला हसू आलं. म्हणालो, ''बरं, येऊ आता?''

''खरं की खोटं?''

''काय?''

''ही जाण्याची भाषा!''

मी निरुत्तर झालो. खरंच, मला जावं असं वाटत नव्हतं. तिच्याबरोबर बोलत बसण्यास फार फार सुखद वाटत होतं, तरीही मी जाण्याची भाषा काढत होतो व हे त्या चतुर पोरीनं ओळखलंही होतं.

''आजी येईल इतक्यात. बसा की तोवर; काय काही अर्जंट काम निघालं आहे?''

''बरं बुवा, बसतो; पण एका अटीवर, कबूल?''

''प्रथम तुमची अट?''

''तू मला बिड्या बांधायला शिकविलं पाहिजेस.''

''म्हणजे, आटोपलंच! तुम्ही लोक हीही 'विद्या' शिकून आमच्या पोटावर पाय आणणार म्हणायचे!''

"बरं, तुझा विनोद राहू दे. शिकवणार ना?"

"बरं बाई, शिकवित्ये. या इकडं!" लटक्या रागानं ती म्हणाली.

मी तिच्याजवळ जाऊन बसलो, तशी ती एक कातरलेलं पान हातात घेऊन त्यावर थोडा तंबाखू टाकीत म्हणाली, "हे अस्सं पान घ्यायचं, हा तंबाखू अस्सा टाकायचा नि हे अस्सं वळायचं, ही अशी सुरळी होते. मग दोरा गुंडाळायचा हा अस्सा आणि मग चुट्टे मारायचे. झाली बिडी!"

तिनं दाखविल्याप्रमाणे मी ती करू लागलो. ऐकायला व पाहायलाही सोपं होतं सारं; पण बिडी बांधणं फार अवघड वाटलं मला व कंटाळवाणंही! मला काही जमेना, कावून हातातील अर्धवट वळलेलं पान मी खाली टाकलं व तिच्याकडे पाहिलं आणि अचानक ती पकडली गेली, हा वेळपर्यंत ती माझ्याकडं एकटक पाहतच असावी– स्नेहाळपणे. मी वर पाहताच तिनं नजर सुपावर वळवली अन् त्यातील तंबाखूत आपल्या लांबोडक्या बोटाने उगीचच रेघोट्या मारू लागली.

मी मोठ्या विचारात पडलो. ही कुठल्या दिशेने वाहते आहे? अन् ही कसली अनामिक ओढ मला लावते आहे? आणि जे काही घडू लागलंय, ती सुखाची नांदी की दुःखाची सुरुवात?

इतक्यात दळणाचा डबा घेऊन आजी आली नि सारंच मोकळं झालं.

"कवा आलास?" तिनं विचारलं.

"हा काय मघाच आलोय!" म्हणालो आणि नेहमीसारख्या थोड्या गप्पा मारून निघून आलो.

मध्ये एकदा ती रस्त्यावर भेटली. मला पाहताच ओळखीचं हसून म्हणाली, "काय, कॉलेजला चाललात?"

"नाही. स्टडीरूमला चाललोय आणि... तू हजेरी द्यायला?" तिच्या कमरेवरील बिडीच्या बंडलांचा छोटासा डबा पाहत म्हणालो.

"होय." ती म्हणाली, "अलीकडे कुठं आला नाही तिकडे?"

"चार दिवसांपूर्वीच तर येऊन गेलोय." आणि खासगी आवाजात म्हणालो, "वरचेवर येणं बरं दिसेल का?"

या एकाच वाक्यातील सारा अर्थ नि अनर्थ तिनं ओळखला. ती गप्प राहिली.

"...आणि आजीस आपला संशय आला तर?" पुढे मीच म्हणालो.

"माझ्याविषयी नि तुझ्याविषयी फार चांगलं मत आहे तिचं. आपल्या वर्तनाने तिला धक्का पोहोचावा असं मला वाटत नाही."

"मी पण माझ्या परीनं तसं वागण्याचा प्रयत्न करीन."

"बरं, चल पुढं तू. या शहरातील माणसं फार हलक्या मनाची आहेत. उगीच त्यांच्या चर्चेला विषय नको!"

ती पुढे गेली नि मी स्टडीरूमकडे वळलो.

दिवसामागून दिवस जात होते. अधीमधी मी तिला भेटत होतो. चलाख, चुणचुणीत नि शांत सौंदर्याची आणि स्वत: राबून घरप्रपंच सांभाळणारी ती मुलगी मला नक्कीच आवडली होती. माझ्या भावी आयुष्यात आदर्श पत्नीची भूमिका वठवावयाला ती सर्वस्वी योग्य आहे, असं मला नेहमी वाटायचं. हा विचार जसा बळावत गेला, तसं याबद्दल काय तो सोक्षमोक्ष लावायचा, असा मी निश्चय केला; कारण असं हे किती दिवस चालायचं? ही कंटाळवाणी लांबण? याला काही शेवट?

आणि असा विचार करून तिला दोन-तीन वेळा भेटलो; पण तो विषय काढण्याचं धैर्य मला झालं नाही. दुसऱ्याच विषयांवर अवांतर बोलून मी परत आलो.

पण, लग्नसराई जवळ आली, तसं माझ्या वडिलांनी मला स्थळं पाहण्यास सुरुवात केली. 'कॉलेजशिक्षण पूर्ण केल्यावर लग्नाचा विचार करता येईल' हा माझा विचार माझ्या आजारी असलेल्या आईने मुळातून खोडून काढला. 'माझं काय, आज आहे, उद्या नाही. सूनमुख पाहिल्याशिवाय सुखानं मरण यायचं नाही मला!' असं तिचं म्हणणं आणि त्याला घरच्या सगळ्या मंडळींचा दुजोरा; त्यामुळे माझ्या विचाराचा कुणी फारसा विचार केला नाही आणि वडिलांनी स्थळं पाहण्यास सुरुवात केली.

आमचा अडत दुकानाचा व्यापार होता. गावात त्याचं भलं मोठं दुकान होतं. थोडीबहुत शेतीवाडी होती. कॉलेजशिक्षण घेऊन एखादी चांगली नोकरी शोधावी, असंही काही नव्हतं. फक्त दुकानदारीत लक्ष घातलं, तरी आयुष्य सुखानं घालविता येईल, अशी माझी परिस्थिती होती. त्यामुळे वधूपित्यांच्या माझ्यावर उड्या पडू लागल्या. लग्नाच्या बाजारात माझी किंमत वाढली आणि मी 'कोणीतरी आहे' या अहंमन्यतेचं पिल्लू माझ्या मनात धडधडू लागलं.

अन् त्यामुळें काय तो निर्णय आज लावून टाकायचाच, असा निश्चय करून त्या दिवशी मी दारातून आत पाऊल टाकलं.

नेहमीसारखी ती आपल्या कामात गर्क होती आणि मी आत आलेला पाहताच 'आजी आत आहे' असं तिनं खुणेनं सुचवून मला सावध केलं. मी आत जाऊन आजीबरोबर बोलत बसलो. मध्येच ती उठली नि चहासाठी आधण ठेवू लागली, तसा मी म्हणालो,

"आता चहा वगैरे काही नको. मघाच झालाय माझा."

"असं बोलू नै! लै दिवसांनी आलाईस, निवांतवाणी 'च्या' पिऊन गेल्याबिगर मी तुला जाऊ देणार नाही." ती म्हणाली नि फळीवरचा चहा-साखरेचा डबा तिनं खाली घेतला. त्यातील साखर संपल्याचं आढळून आल्यावर ती चुकचुकली. "साखर आता ह्येच घेऊन येतो– बस. जायाचं न्हाई!" असं मला सांगून ती निघून गेली.

तसा मी बाहेर आलो आणि बिड्या बांधण्यामध्ये गर्क असल्याचं दाखविणाऱ्या त्या शांत सौंदर्याच्या मूर्तीजवळ बैठक मारीत बसलो, "आज मी का आलोय, माहीत आहे?"

"मी मनकवडी नाही, माहीत आहे?" ती मला वेडावीत म्हणाली.

या तिच्या वेडावण्याला इतर वेळी मी तशाच प्रकारचं खरमरीत उत्तर दिलं असतं; पण मी त्या मन:स्थितीत नव्हतो!

मी म्हणालो, "चेष्टा राहू दे, एक प्रश्न विचारायचा तुला."

"अस्सं! बरं, विचारा तर खरं."

"सांग, खरं खरं उत्तर देशील?"

"तुमच्याशी कधी खोटं बोलल्येच नाही. मग हा प्रश्न येतोच तरी कुठे?"

मग मी सारं धैर्य एकवटलं नि धडधडत्या हृदयाने, पण उमेदीने विचारलं,

"लग्न करून घेशील का माझ्याशी?"

तिचे डोळे पाण्याने डबडबून आले. डोळ्यांना पदर लावून ती नकारार्थी मान हलवू लागली.

"का? मी आवडत नाही तुला?"

स्वत:ला कसंबसं सावरीत मी म्हणालो.

"नका, असं बोलू नका." कसंनुसं ती म्हणाली अन् हमसाहमशी

रडू लागली.

"का बोलू नको?" चिडून मी म्हणालो, "आजपर्यंत मला खेळणं समजून खेळविलंस होय? आपली करमणूक करून घेण्यासाठी? आपला वेळ मजेत जाण्यासाठी. आपल्या..."

"पाया पडते तुमच्या, नका असं बोलू." मला मध्येच अडवीत ती म्हणाली, "माझं लग्न ठरलंय!"

तिचे शब्द माझं हृदय चिरत गेले. जगात मी अगदी एकटा आहे, कुणी नाही माझं, ही नाती, हे रेशमी धागे नि ते दिखाऊ प्रेम सारं सारं खोटं आहे, असं फार तीव्रतेनं मला वाटू लागलं. उमाळा आतल्या आत दाबून टाकीत म्हणालो,

"केव्हा ठरलंय?"

"अगदी लहानपणी– पाळण्यात असताना. जग म्हणजे काय हेही ज्यावेळी मला माहीत नव्हतं. ते कसं असतं, हेही ठाऊक नव्हतं. स्त्री-पुरुषातील भेद आणि संबंध हे देखील जाणता येत नव्हते, त्यावेळी... त्यावेळी माझ्याचसारख्या पाळण्यात असलेल्या एका मुलग्याबरोबर माझ्या जन्माच्या गाठी बांधल्या गेल्या. त्याच्या नि माझ्या वडिलांचे दोस्तीचे संबंध पक्के करायचे होते, म्हणून माझ्या मनाचा बळी घेतला गेला."

"हे सारं तू आधीच सांगावयास पाहिजे होतंस, मग गोष्टी इतक्या थरास गेल्याच नसत्या!"

काही वेळ ती रडतच राहिली. मग म्हणाली, "मला तशी संधीच मिळाली नाही हो! मध्ये मला फार वाटलं... एकदा सारं सांगून टाकावं; पण... मीच वाहवत गेल्ये. क्षमा करा मला. क्षमा!"

मी धडपडत उठलो नि बाहेर पडलो. तिचे शब्द हवेतच विरले अन् माझ्या मनात घुमत राहिले. क्षमा करा मला... क्षमा!

आणि आता मला फार फार एकाकी वाटत होतं. कुणाच्या तरी कुशीत शिरून ढसढसा रडावं, ही सारी व्यथा कुणा सहृदयाजवळ सांगून मन हलकं करावं, मद्य पिऊन बेहोष व्हावं अन् सारं विसरून जावं, असं वाटू लागलं होतं.

– अन् मी त्या बकाल वस्तीच्या गल्लीबोळातून झिंगलेल्या माणसासारखा जात होतो, जातच होतो...!

◆

तडजोड

गेले पाच-सहा दिवस तिच्या घरी जावं जावं असं म्हणतो आहे; पण जाणं घडतच नाही. एक तर तिच्याबद्दल मला उत्सुकता नाही, आकर्षण नाही नि ओढ तर नाहीच नाही. अन् दुसरं म्हणजे हे सारं नाइलाजानं होत आहे... माझ्या घरच्या वडील मंडळींनी परवाच तिला पाहून पसंत केलं आहे. फक्त माझ्याच मनाच्या कौलाचा प्रश्न उरला आहे. वास्तविक त्यावेळी मुलगी पाहण्यास मी बरोबर यावं, असा साऱ्यांचा आग्रह होता; पण वधूपरीक्षेच्या वेळी एखाद्या अनोळखी मुलीला उलटसुलट प्रश्न विचारणं, तिला गायला, वाचायला लावणं, चालून दाखवायला लावणं हे सारं... हे सारंच मला आवडणारं नव्हतं. माझी मलाच शरम आणणारं होतं... जनावरांच्या बाजारात जाऊन जनावर पाहून सौदा करण्यापैकी हा प्रकार मला वाटत होता. म्हणून त्यावेळी मी गेलो नव्हतो. पुढे-मागे केव्हातरी त्या अनोळखीला पाहून येईन असं घरी कबूल केलं होतं, तेवढंच.

आणखी म्हणजे लग्न करावं असं मला वाटतच नव्हतं. स्त्री जातीबद्दल एक प्रकारचा तिरस्कार माझ्या मनात भरून राहिलेला होता... यापूर्वी माझ्या आयुष्यात दोन मुली आल्या होत्या. त्यांनी मला झुलविलं, भुलविलं होतं. आणि शेवटी वाऱ्यावर सोडून दिलं होतं. सारा दोन घडीचा खेळ होता, नि त्यातील मी एक खेळणं होतो. खेळ संपला, अन् खेळण्याची आवश्यकताही. असं एकदाच नव्हे, तर दोनदा झालं होतं. अन् त्यामुळे तरुण मुलींच्या बाबतीत माझ्या मनात वैराग्य वृत्ती निर्माण झाली होती. क्षणभर चटका लावून जाणारी; पण दीर्घ काल स्मरणात राहणारी, मागे वळून वळून पाहायला लावणारी अशी एखादी चटक-चांदणी दिसली, भेटली तरी माझं मन कोरडं असायचं. तरुणींच्या बाबतीत माझ्या मनात आकर्षण तर नव्हतंच नि

उत्सुकताही. सारं काही खोटं खोटं वाटत होतं आणि हे सारं दोन वेळा झालेल्या प्रेमभंगामुळे अन् त्यातून निर्माण झालेल्या मन:स्तापामुळे झालं होतं. माझ्या दृष्टीने ते बेगडी प्रेम. त्या तथाकथित हळुवार पण खोट्या व फसव्या भावना... हे सर्व फोल होतं आणि त्या खोट्या स्वप्नांच्या चंदेरी दुनियेत जाण्याचा माझ्यापुरता मार्ग बंद होता. माझा मीच तो बंद करून घेतला होता. आणि बी.ए. संपताच सारं मी निपटून काढण्याचा प्रयत्न केला होता. विसरून जाण्यासाठी धडपड केली होती... अन् माझ्यापुरता माझ्या आयुष्याचा विचार केला होता. नोकरीच्या मृगजळामागे न धावता वडिलोपार्जित औषधविक्रीचं दुकान चालविलं होतं... त्याच्या उत्कर्षात स्वत:ला गुरफटून घेतलं होतं...

घरच्या नि बाहेरच्याही माणसांच्या दृष्टीने मी आता 'मार्गाला' लागलो होतो. मग असं तरुण, अविवाहित राहून कसं चालेल? मुहूर्त तर जवळ आलेले. मग एखादी उमलती कळी त्याच्या 'गळी' बांधायला नको का? आणि म्हणून वधूपरीक्षेच्या एकांकिका! अशा पाच एकांकिका झाल्या नि सहाव्यात वधू-पसंती झाली, फक्त नवऱ्या मुलाची संमती बाकी आहे; पण तो आमच्यापुढे थोडाच जाणार आहे? तरी पण त्यानं एकदा पाहिलेलं बरं, हा सोईस्कर विचार. अन् म्हणून मला सांगणं!

आणि म्हणून मी आज तिच्या घरी जायचं ठरविलं आहे. एक तर आज मंगळवार आहे. दुकानाला साप्ताहिक सुट्टी आहे. सकाळचा वेळ असाच आळसात गेला आणि आता सरत्या दुपारी तिच्या घरी जावं असा विचार करतो आहे.

"पोस्टमन!" असा दारात आवाज येतो नि माझ्या नावाचं एक पाकीट आत पडतं. वर 'प्रायव्हेट' असं लाल इंग्रजी अक्षरांत लिहिलं आहे. पत्रावरचं अक्षर अनोळखी वाटत आहे; पण कुणाचं असावं बरं, काहीच कळत नाही, स्मरत नाही. मी उत्सुकतेनं पाकीट फोडतो नि आतील कागद बाहेर काढतो. आतल्या फिकट निळसर कागदावर काळ्या शाईनं लिहिलं आहे –

स.न.वि.वि.

पत्र लिहिण्यास कारण की, (कुठल्याही घटनेस कारण असतेच! हा नियम) पण ते पुढे येईलच. आपण किंवा आपल्या घरातील मंडळींनी म्हणा – श्यामराव मराठे यांची द्वितीय कन्या कु. शीला मराठे हिला

पसंत केलं आहे, असं ऐकतो. छान झालं! शेवटी ही मुलगी देवपूजेला, नव्हे मार्गाला लागली म्हणायचे!

पण, तूर्त एवढंच सांगतो की, शीला मराठे या अस्पर्श वाटणाऱ्या, ताज्या फुलाप्रमाणे वाटणाऱ्या सुंदर तरुणीने आतापर्यंत दोघा तरुणांना फसविलं आहे; खेळविलं आहे आणि शेवटी तिसऱ्या एका तरुणाने तिचीच फसगत केलेली आहे!

सुज्ञांस जास्त काय सांगावे? कदाचित हे आपणास खोटं वाटण्याचा संभव आहे. याला आपलंच नशीब! पण आपणास खात्री करून घ्यावयाची झाल्यास खुद्द आपल्या वाग्दत्त वधूलाच खुलासा विचारावा! कदाचित अधिक माहिती देखील मिळण्याचा संभव आहे!

कळावे. आपला –

नावात काय आहे?

वा! वा! एखाद्या नाटक-कादंबरीसारखी घटना, नायक-खलनायक-नायिकेविषयी मन कलुषित करणारी. खलनायकाचे नायकास पत्र-प्लॉट तर चांगला आहे. (आणि वापरून वापरून झिजलेलाही आहे.) माझा एक लेखक मित्र आहे. त्या लेखकाला ही कल्पना सांगावी झालं! झकासपैकी कथा पाडील! या पत्रामुळे एकीकडे मला गंमत वाटत असली, तरी त्यामुळे माझ्या मनात आवर्तं उठली आहेत. त्यातील कितपत खरं वा खोटं काहीच समजेनासं झालं आहे. तसेच, फक्त हे पत्र पाहून कु. शीला मराठे नामक कुण्या तरुणीला नकार कळविण्याइतका काही मी कुढ्या मनोवृत्तीचा, मागासलेला नाही. आताच मी काहीच निर्णय ठरवू शकत नाही; पण तिला पाहण्याच्या उत्सुकतेची कळी आता उमलू लागली आहे. दोन तरुणांना झुलविणारी, भुलविणारी अन् फसविणारी नि तिसऱ्याकडून फसविली गेलेली ही शीला मराठे आहे कशी? ती कसं वागते? कसं बोलते? इत्यादी अनेक प्रश्न गर्दी करीत आहेत आणि त्यासाठी तरी तिला एकदा पाहावं असं आता तीव्रतेनं वाटत आहे. कशी असेल ती? बनेल? हटेल? डोळ्यांत अहंकाराची नि नाकावर अहंमन्यतेची एक वेगळी चमक घेऊन दिमाखानं मिरविणारी? की पुरुषांकडे– विशेषत: तरुणांकडे एक प्रकारच्या तिरस्करणीय दृष्टीने पाहणारी असेल? की सारं करून सवरून वर शालीनतेचा सोज्वळ बुरखा पांघरून मोठ्या धूर्तपणे वावरणारी असेल? ते काही नाही. तिला

एकदा भेटलंच पाहिजे.

उगवत्या संध्याकाळी मी कपडे करतो, नि बसने तिच्या घरी जाण्यास निघतो. माझा स्टॉप येताच बस थांबते, मी उतरतो... आणि हमरस्ता सोडून एका बोळकंडीतून चालत गेल्यावर पाच-सहा मिनिटांतच तिचं घर येतं. खिशात असलेल्या तिच्या घरच्या पत्त्याची खात्री करून घेत मी आत पाऊल टाकतो.

गेल्या खेपेसच माझा फोटो तेथे पोहोचलेला असतो, नि त्या फोटोतील तो मी आल्याचे पाहताच तिच्या घरी एकच धांदल उडते! माझं आगमन अनपेक्षित नसतं; पण निश्चित वेळेची कोणतीच कल्पना केलेली नसते.

तिचे वडील बहुधा आपल्या ऑफिसला गेले असावेत; कारण माझ्या सामोरे येऊन एक उतरत्या वयाला लागलेली स्त्री माझं स्वागत करते.

बाहेरील छोट्याशा खोलीचा वापर दिवाणखान्याप्रमाणें केला आहे. दोन खुर्च्या, एक टेबल, एक बाकडं असा बसण्या-उठण्यासाठी सरंजाम. भिंतीवर तीन-चार ठळक पण मोजकीच कॅलेंडर्स, तसेच देवादिकांचे नि देखाव्यांचेही फोटो, प्रकाशाचा कोन साधून लावलेले. आत जाण्याच्या दारावर भरतकाम केलेल्या तोरणाची जाळी नि खाली बऱ्यापैकी डिझाईन असलेला लोंबकळता पडदा. एकंदरीत मध्यमवर्गीय भूमिती थाट. आखीव, ठाशीव, प्रमाणबद्ध नि पुष्कळसा आकर्षक; पण तितकाच कित्येक वेळा उबग आणणारा, वर्तुळाबाहेर पळावं, अशी भावना निर्माण करणारा.

एक खुर्ची थोडी पुढे ओढल्यासारखी करून तिच्याकडे अंगुलिनिर्देश करीत ती बाई म्हणते,

"बसा ना!"

मी बसतो, तशी समोरील भिंतीजवळील बाकड्यावर तीही बसते.

आणि मग "आज कशी काय सवड मिळाली!", "दुकानाला आज साप्ताहिक सुट्टी आहे वाटतं?", "बाकी व्यवहारातून विशेष सवड मिळणं कठीणच, नाही?"

"तसा कामाचा ताणही फारच पडत असेल ना?"

अशी प्रश्नांची भेंडोळी... अन् त्यांना समर्पक अशी माझी उत्तरं.

असाच वेळ घालवणार का? आणि ती शीला नावाची तरुणी बाहेर तरी येणार आहे ना? की,...

माझी उत्सुकता वाढते आहे व शिगेस पोहोचते आहे.

असाच काही वेळ जातो. अन् ती आतमध्ये पाहिल्यासारखं करून हाक मारते,

"अगंऽ शीला, चहा तरी घेऊन ये पाहू बाहेर!"

...आणि आतून चहाचा ट्रे घेऊन ती येते. नितळ, नीटस चेहरा, गव्हाळ रंग, मध्यम उंची, सुदृढ बांधा नि विलक्षण बोलके डोळे. प्रत्येक तरुणीत कुठलं तरी एक खास आकर्षण असतं. कुणाच्या हनुवटीवरील काळा तीळ, कुणाचं धारदार रेखीव नाक, कुणाची नाजूक जिवणी, कुणाच्या कमानदार भुवया, तसेच हिचे बोलके डोळे. त्या डोळ्यांवरील पापण्या इतक्या काळ्याभोर नि दाट आहेत की, मोठ्या कौशल्याने काजळ घातलं आहे, असं वाटावं. या मुलीनं दोघा तरुणांना फसविलं आहे नि एकाकडून तिची फसगत झाली आहे, हे मला खरंच वाटेना!

"ही माझी मुलगी शीला..." ती बाई ओळख करून देते. म्हणजे हिची ती मुलगी तर!

ती चहाचा ट्रे समोरील टेबलवर ठेवते व मला नमस्कार करते... तसा मीही नमस्कार करतो. ती तशीच अवघडून उभी राहते.

"उभ्या का? बसा ना!" मी म्हणतो.

ती भिंतीजवळ बाकड्यावर आईशेजारी बसते; पण चहा देण्याची आठवण होऊन, बसलेली पुन्हा उठते व चहाच्या ट्रेजवळ येऊन चहा करू लागते.

"तुम्हाला कसला चहा लागतो? साखर जास्त की थोडी?" ती नव्हे, तर तिची आई विचारते!

"थोडी..."

त्याप्रमाणे ती चहा करते. एक कप मला, एक आईला देते नि पुन्हा पहिल्या जागी बसते.

चहा घेऊन होतो, तसा मी तिच्या आईला उद्देशून म्हणतो,

"मला यांच्याशी काही बोलायचं आहे. चालेल ना?"

"माझी काही हरकत नाही." उठून उभी राहत तीसुद्धा म्हणते आणि चहाचा ट्रे उचलून घेऊन आत निघून जाते...

आता आम्ही दोघंच उरतो.

काय बोलायचं, सुरुवात कशी करायची, हे काहीच ठरविलेलं नसतं. मनात आलं, निघून आलो, असं झालेलं असतं. एक क्षणभर स्तब्ध होतो. थोडासा गोंधळतोही.

या क्षणातही डोळ्यांच्या कोपऱ्यांतून ती माझं संपूर्ण निरीक्षण करते आहे, याची धूर्त जाणीव मला आहे. तिच्याकडे न पाहताही हे मला समजत आहे.

क्षणभरात मी विचार पक्का करतो. म्हणतो,

"आपण थोडं बाहेर फिरायला गेलं, तर नाही का चालणार?"

"इथं बोलता नाही का येणार?"

"इथं बोलणं... पण मला बोलायचं आहे, ते इथं बोललेलं बरं नाही. तुमच्या दृष्टीनं नि माझ्याही."

"बरं, मी पाहते विचारून." ती म्हणते.

"त्यात विचारायचं आणखी काय?"

"पण जाण्यापूर्वी परवानगी काढलेली बरी, नाही का?"

"बरं तर, पाहा."

ती आत जाते आणि काही वेळाने बाहेर येत म्हणते, "चला, मिळाली परवानगी."

आम्ही बाहेर पडतो, तेव्हा पश्चिम क्षितिजाकडे सूर्य बराच कललेला असतो. उन्हं कोवळी वाटायला लागलेली असतात आणि रस्ता, वाहने, विजेचे टेलिफोनचे खांब, कडेचे फुटपाथ नि कुठूनतरी येणारी, कुठेतरी जाणारी माणसं, हे सारं उगीच उदास वाटायला लागलेलं असतं. ऐन भराच्या संध्याकाळपूर्वीची ही अनामिक वेळ. ही टळली, की मोकळं मोकळं वाटतं. उत्साहाचे फवारे उडू लागतात. मन चिंब होतं.

शहराबाहेरील या उपनगरासारख्या असणाऱ्या वाडीबाहेर पडलं की, एक सिमेंटची सडक पार गोवा सरहद्दीकडील बाजूस गेली आहे. सिमेंटचा रस्ता. दोहो बाजूस लालभडक माती, नि दोन्हीकडे रस्त्यावर कमान करणारी उंच उंच झाडे.

रेल्वे क्रॉसिंग गेट ओलांडून आता आमची पावलं या रस्त्यावरून पडू लागली आहेत.

आतापर्यंत काहीही न बोलता मुकाट्याने आम्ही चालत आलो आहोत. मी काय, कशाबद्दल बोलणार आहे, विचारणार आहे याबद्दल आतापर्यंत ती विचार करीत असावी; कारण बोलण्यास सुरुवात होते, ती तिच्याकडूनच. ती म्हणते,

"काही बोलायचं आहे, अशी थापच मारलीत वाटतं?"

"अं...?"

ती आपल्या वाक्याचा पुनरुच्चार करते नि म्हणते, "फिरायला बाहेर पडण्यासाठी ही बरी शक्कल काढलीत!" आणि चांदण्याचं हसू हसते.

"नाही. तसं नव्हे. खरंच, मला बोलायचं आहे. काही विचारायचं आहे."

"मग विचारा ना! शिक्षणाबद्दल, घरकामाबद्दल, स्वभावाबद्दल, आवडीनिवडीबद्दल..." ओढाळ पाण्याची खळखळ.

"असले व्यवहारी प्रश्न व्यवहारी माणसांकडून यापूर्वी विचारले गेले आहेत! पण, अशांबद्दल विचारण्यासाठी एवढा आटापिटा केलेला नाही..."

"मग?"

"सांगतो. प्रथम तिथं, निवांतपणे बसूया." उजव्या बाजूच्या उतरत्या माळाकडे बोट करीत मी म्हणतो.

रस्ता सोडून आम्ही माळावर येतो. थोडे दूरही. थोडी सपाट जागा बघून रस्त्याकडे तोंड करून मी बसतो. ती माझ्यापासून योग्य अंतरावर पश्चिमेकडे तोंड करून सामोरी बसते. मंद मंद वाऱ्याच्या झुळकांनी तिची झुलपं लहरत आहेत. सूर्याचं सोनेरी ऊन पडल्याने भुरा-लाल रंगाचा वर्ख त्यावर चढलेला आहे. बोलक्या डोळ्यांत प्रकाशाचे दोन चमकते बिंदू अलगद उतरले आहेत, अन् त्यात उत्सुकतेची असंख्य प्रश्नचिन्हं उमटली आहेत...

"एका गोष्टीबद्दल खुलासा विचारायचा होता तुम्हाला!" मी सरळ विषयालाच हात घातला.

"आणि एवढ्याचसाठी मला इथवर आणलंत?"

"होय. माझ्या मते– हे घरी विचारणं योग्य झालं नसतं."

"पण एवढं बाई विचारणार आहात कशाबद्दल?"

मी कोटाच्या खिशातून मला आलेलं ते कुणा अनामिकाचं पत्र बाहेर काढतो, अन् तिच्या हाती देत म्हणतो,

"आजच मला पोस्टानं हे पत्र आलंय. अर्थात फक्त पत्र वाचून काहीतरी गैरसमज करून घेणारा मी नव्हे... पण, लग्नाच्या वाटाघाटींना पूर्णता येण्यापूर्वी मला या पत्राचा खराखुरा खुलासा हवा आहे. अन् अशा खऱ्या खुलाशाची आपल्याकडून अपेक्षा आहे!" फक्त डोळ्यांनी मला दिलासा देत ती पत्र हाती घेते नि वाचू लागते. काही क्षणांत तिचे हात थरथरू लागतात. लालचुटूक ओठ दातांखाली धरूनसुद्धा अश्रूंचा पूर बंधारा मानीत नाही. तिच्या त्या डबडबत्या डोळ्यांत राग, क्रोध, द्वेष, तिरस्कार या नि यासारख्या अनेक अनामिक भावनांचे रंग कालविले आहेत. आणि पत्र वाचून संपल्यावर ती थरथरत राहते. अश्रू ढाळीत राहते. मूकपणे जमिनीकडे पाहत, माझं अस्तित्व विसरून.

असेच काही क्षण मी जाऊ देतो, नि मग तिला म्हणतो,

"काय, हे सर्व खरं आहे?"

माझी नजर चुकवीत ती फक्त मान हलविते! बोलत मात्र काहीच नाही.

तसा एकदम उठून उभा राहत मी नाटकीपणे म्हणतो,

"एवढंच विचारायचं होतं मला! जातो मी!"

तशी ती एकदम मान वरती करते. पदराच्या शेवाने अश्रू पुसते अन् माझ्याकडे तीव्र दृष्टीने पाहत तीक्ष्ण आवाजात म्हणते,

"तुम्हाला जाता येणार नाही! तुम्ही ज्या काही क्षणभरच्या हक्कानं मला विचारलंत, त्याच हक्कानं मलाही काही विचारायचं आहे तुम्हाला!"

उठलेला मी पुन्हा खाली बसतो अन् तिच्याकडे प्रश्नार्थक चेहऱ्याने पाहतो. आता तिनं सारं आवरलं आहे, नि डोळे कोरडे केले आहेत. तिच्या त्या बोलक्या डोळ्यांत आता एक असाधारण चमक आलेली आहे.

"एखाद्या मुलीनं आपल्या भावी आयुष्याचा जोडीदार शोधण्यासाठी केलेले प्रयत्न नि त्यात तिला आलेलं अपयश हे वाईट ठरतं का? पाप ठरतं का?"

"प्रयत्नांत वाईटपणा नसेल, तर वाईट कसं ठरेल? पापी हेतूनं प्रयत्न केला नसेल, तर पाप कसं ठरेल?"

"प्रथम वसंत पोतदारवरही मी अशाच दृष्टिकोनातून प्रेम केलं. माझं प्रेम आंधळं नव्हतं, तर चांगलं डोळस होतं, व्यवहारी होतं... आणि म्हणूनच त्याच्या आयुष्याचा फोलपणा मला लवकरच कळून आला, जाणवून आला. तो कल्पनेच्या जगात वावरणारा प्राणी होता. चंद्र-तारे, फुले-मुले या जगात रममाण होणारा तो कवी. संसार करण्यास यापेक्षाही आणखी काही गोष्टींची जरुरी असते, याची त्याला कल्पनाही नव्हती! त्याचं गोंडस नि स्वप्नाळू बोलणं प्रथम प्रथम मला फार आवडायचं; पण तेच म्हणजे सर्व काही नव्हे, हे मला जाणवून आलं आणि तेव्हा-पासून मी त्याला टाळू लागले, चुकवू लागले... तो काय समजायचं ते समजला, नि निमूटपणे माझ्या मार्गातून दूर झाला...

"प्रथम मला वाईट वाटलं. काही तरी चुकल्याचुकल्यासारखं वाटलं; पण काही दिवसांनी तेही कमी झालं. पुसट पुसट होत गेलं आणि याच काळात सुधाकर सरनाईकबरोबर माझा परिचय झाला. कुरळ्या केसांचा, रुबाबदार व्यक्तिमत्त्वाचा नि दणकट शरीरयष्टी असलेला सरनाईक फुटबॉलचा चॅम्पियन होता. ज्युनिअरच्या वर्षात तो शिकत होता. गावाकडे एका हायस्कूलवर त्याचे वडील हेडमास्तर होते. हा फीचे, खानावळीचे, खोली भाड्याचे, परटाचे इत्यादी खोट्या बिलांच्या मागण्या गावी पत्राने कळवायचा आणि आलेल्या पैशांवर चैन करायचा... सिनेमा... नाटके. छानछोकीपणा... अशा चैनी माणसाबरोबर का सुखाचा संसार होईल म्हणता? माणसानं परिस्थिती पाहून वागावं, असं माझं मत, तर मिर्झा गालिबच्या वृत्तीचा तो. हे दिवस, हे तारुण्य पुन्हा येणार नाही, तेव्हा कुढत का बसायचं, परिस्थितीच्या नावानं बोटं मोडत का बसायचं? मजेत राहायचं, मजेत वागायचं! पुढचं पुढं, अशा मताचा तो. यामुळे त्याचं-माझं पटलं नाही. त्यानं लग्नाची मागणी केली, तेव्हा मी त्याला सरळ नकार दिला नि संबंध तोडून टाकले.

"त्यानंतर आयुष्यात आलेला सतीश राजाध्यक्ष मला आवडला. पूर्वीच्या दोन कटू अनुभवांनी आता मी डोळस झाले होते आणि अशा नव्या दृष्टीने मी राजाध्यक्षकडे पाहत होते. आमची ओळख वाढत गेली... त्याच्या अंगी पुष्कळ चांगले गुण होते. एका कॉन्ट्रॅक्टरचा तो मुलगा. वडिलांच्या हाताखाली मोठ्या धडाडीने तो कामे करीत असे. गगनाला गवसणी घालणाऱ्या त्याच्या आकांक्षा होत्या. जग दाढेखाली

प्रसंगी रगडण्याची त्याची हिंमत होती; पण त्याची वृत्ती फुलपाखरासारखी होती. तरी पण पोटी एक, ओठी एक असा त्याचा स्वभाव नव्हता. एके दिवशी मी त्याला लग्नाबद्दल सुचवलं, तेव्हा त्यानं सरळ सांगून टाकलं– ''शीला, आता तुझ्याविषयी मला जरी ओढ वाटत असली, तरी एकाच ठिकाणी गुंतून पडण्याचं माझ्या स्वभावात नाही! कोणी सांगावं, उद्या तुझ्याबद्दलची ओढ संपून फक्त कोरडी भावना तेवढीच शिल्लक राहील. या पूर्वीही दोघी-तिघींनी प्रयत्न केले आहेत. शेवटी रडल्या-ओरडल्या आहेत; पण मी कुठेच गुंतून पडलो नाही. तेव्हा 'त्या' दृष्टीने तू माझ्याकडे पाहत असलीस, तर तुझी निराशा होईल, शीला! उगीच दु:खी होऊन जाशील, तेव्हा आहे या परिस्थितीत आपण अलग होणं चांगलं, नाही का? आणि खरोखरच राजाध्यक्ष माझ्यापासून अलग झाला. अन् यालाच फसविणे म्हटलं तर खरोखरीच ही फसवणूक होती का?''

खूप वेळ बोलल्याने दम घेण्यासाठी शीला थांबते. त्याचा फायदा घेऊन मी म्हणतो,

''एका अर्थाने याला फसवणूक म्हणताही येईल, नि तसा विचार केल्यास म्हणता येणारही नाही; पण मी विचारतो, तुम्ही मुली जे असे प्रयत्न करता, त्यावेळी त्या प्रयत्नांपासून आपलं चारित्र्य धोक्यात तर येत नाही ना, याचा काही विचार तुम्हाला असतो का?''

''पुष्कळजणींना असतो. थोड्या त्या वाहत्या प्रवाहात वाहून जातही असतील; पण मी अशांपैकी नव्हे.''

''हे एक तुमच्यापुरतं झालं; पण तुम्ही या वेळी लोकांचा किंवा बोजड शब्दांत सांगायचं तर समाजाचा कितीसा विचार करता? तुमच्या अशा प्रयत्नांमुळे तुमच्या चारित्र्याबद्दल लोकांनी संशय का घेऊ नये? आणि असा संशय आल्यावर ज्यासाठी तुमचा प्रयत्न चालतो, ते तुमचे ईप्सित साध्य तरी होईल का? आणखी समजा, आपल्या निष्कलंकतेबद्दल तुम्ही कितीही तळमळून सांगितलं, तरी तुमच्या सांगण्यावर लोकांनी का म्हणून विश्वास ठेवावा? अन् अशी खरी वा खोटी तळमळ केल्यावर विश्वास मिळतो का?''

माझे शब्द तिच्या काळजाचा वेध घेतात. तिचे डोळे झरझर भरून येतात; पण ते पुसण्याचा साधाही प्रयत्न न करता ती म्हणते,

"तुम्हाला असं वाटतं, की आपल्याबरोबर लग्न करून घ्यावं किंवा आपली सहानुभूती संपादन करावी, म्हणून मी हे सारं बनवून सांगितलं!" आणि मोठं विचित्र नि विषण्ण हसून ती म्हणते, "अहो, ते पत्र तुमच्या हाती पडलं, तेव्हाच हे लग्न मोडलं, हे मी जाणते. मग मी ही कर्मकहाणी का सांगितली? लग्न मोडलं, तरी तुमच्या मनात एक कोवळीक निर्माण करून ठेवावी म्हणून? नाही, नाही. असं मुळीच नाही. अशी वेडी आशा मी बाळगलीच नाही. या परिस्थितीत तुम्हाला हे सारं सांगावसं वाटलं, म्हणून सांगितलं. कदाचित, तुमच्या जागी दुसरं कुणी असतं, तरीसुद्धा असं घडलं असतं..."

असं म्हणून ती उभी राहते. तसा उठत मी म्हणतो,

"थांब शीला, जाते आहेस तर माझी सोबत तरी घे!"

"का? एकच उपकाराचं ओझं कमी झालं. तेव्हा..."

"नाही शीला, तसं नाही," आणि अडखळत म्हणतो, "मीही तुझ्यासारखाच एक अभागी जीव आहे. फुलांच्या आशेनं आयुष्यात मी दोनदा ओंजळी पसरल्या होत्या; पण त्यात फुलं पडली नाहीत, एखादी पाकळीही पडली नाही किंवा काटेदेखील पडले नाहीत. अशा रिक्त ओंजळीचा मी माणूस आणि तुझ्याही बाबतीत असंच म्हणता येईल. तेव्हा आपण तडजोड करायला काय हरकत आहे? एकमेकांच्या सोबतीनं आयुष्याचा दीर्घ प्रवास का करू नये आपण? कदाचित मी किंवा माझ्यातील काही गुण-दोष तुला पसंत पडणार नाहीत, अगर तुझ्या स्वभावातील काही कोपरे मला खुपल्याशिवाय राहणार नाहीत; पण शीला, माणसाचं आयुष्य ही एक तडजोड नव्हे का? जीवन सुसह्य, सुखावह करण्यासाठी अशा तडजोडी कराव्या लागतात आयुष्यात. तेव्हा अशी तडजोड आपण का करू नये, शीला?"

तिचा चेहरा आता उजळून निघालेला आहे. तिच्या डोळ्यांतून आता आनंदाश्रू वाहत आहेत अन् मघाच मी हाती घेतलेला माझ्या हातांतील तिचा हात काहीतरी सांगतो आहे... काहीतरी... होय काहीतरी...

◆